முன்னுரை

தீர்ப்பளியுங்கள் "கம்பனையா கடிந்துரைக்கிறீர்கள்? அவனன்றோ அருந்தமிழன் பெருமையை நிலைநாட்டினான் அருங்கலை உணரா மக்களே அவன் அருமை அறியாது கண்டது பேசிக் குழப்ப மூட்டாதீர்!"

"கம்பனின் கலைத்திறமை - கவிதை அழகு இவைபற்றி அல்ல நாம் குறை கூறுவது; கவி எடுத்தாண்ட கதை; அக்கதையின் விளைவு; அதனால் நமது இனக் கலாச்சாரத்துக்கு வந்துற்ற கேடு இவைபற்றியே நாம் கண்டிக்கிறோம்."

"ஓஹோ! கவிதை அழகும் உனக்குத் தெரியுமோ! கசடர் அறிவரோ கலையின் மேன்மையை,"

"அறிவோம் ஐயனே! அகமகிழ்வு கொள்ளும் அளவு மட்டுமல்ல. செப்பனிடும் அளவுக்கும் அறிவோம்."

"செருக்குடன் பேசுகிறாய்; செந்தமிழை ஏசுகிறாய்; கம்பநாட்டாழ்வாரின் கவிதையைச் செப்பனிடுவையோ? என்னே உன் சிறுமதி!"

"புலவரின் பாடலை மற்றோர் புலவன் செப்பனிடும் முறையிலே அல்ல. புலவரின் பாடலை ஒரு சாமான்யனின் கண்கொண்டு பார்த்து பகுத்தறிவாளனின் நோக்குடன் ஆராய்ந்து பார்த்திருக்கிறோம்."

"பார்த்து கண்டது என்னவோ?"

"பல அதிலும் நீர் காணாதவை."

"நாம் காணாதவைகளை நீர் கண்டீரோ? என்னய்யா கண்டீர்?"

"கம்பனின் கவிதை பல காமரசக் குழம்பாக இருப்பதை."

"என்ன? என்ன? அட பாதகா, கம்பனின் கவிதை காமரசக் குழம்பா? காமரசமா? ஐயையோ!"

"சபித்திட வேண்டாம் கலாரசிகனே! காமரசந்தான் கம்பனின் கவிதை! பல உள - கூறட்டுமா?"

"கூறுவையோ?"

"கேளும் கம்பரச விளக்கத்தை."

தமிழ்நாட்டிலே இங்ஙனம் ஓர் உரையாடல், சற்று காரசாரமாகக் கிளம்பிற்று 1943ம் ஆண்டிலும் அதற்குப் பிறகும். அந்த உரையாடலுக்குக் காரணமாக இருந்தது, கம்ப ராமாயணம் பெரிய புராணம் முதலிய ஏடுகள் தமிழரிடையே ஆரியத்தைப் புகுத்திக் கேடு விளைவித்தனவாதலின் அவைகளைக் கொளுத்துவதன் மூலம், தமிழர் தமக்கு ஆரியத்தின் மீதுள்ள வெறுப்புணர்ச்சியைக் காட்ட வேண்டும் என்று பெரியார் துவக்கிய கிளர்ச்சியாகும். இராம காதையின் போக்கு தவறு என்பதிலே துவக்கிய கிளர்ச்சியைக் கலைவாணர்கள், தமக்குச் சாதகம் இருக்குமென்று எண்ணிக்கொண்டு, கவிதை அழகு எனும் துறைக்குத் திரும்பினர்; எதிர்ப்பட்டாளத்தைச் சதுப்பு நிலப்பகுதியிலே புகும்படி செய்து, தாக்கும் முறைபோல. கவிதையின் அழைப்பு பற்றியும், பிறகு ஆராயவேண்டிய அவசியம் நேரிட்டது. அதன் விளைவு, கம்பனின் கவிதை காமரசக் குழம்பாக இருப்பதைக் கண்டறிந்தது.

இந்நூலிலே இத்தகைய காமக்குழம்பு முழுவதையுமல்ல, ஓரளவு மட்டுமே வெளியிட்டிருக்கிறார் திராவிடப் பண்ணையினர்; கம்பரசம் என்ற தலைப்பிலே. எழுத்துக்கெழுத்து பிளந்தும் பிரித்தும், பொருள் கூறும் புலவர்களும்கூட, இந்தக் கம்பரசங்கள் 'திராவிட நாடு' இதழிலே வெளிவந்தபோது, இன்ன தவறு காண்கிறோம் என்று நமக்கு எடுத்துக்காட்டியதில்லை.

பலர், கம்பனின் கவிதையிலே இவ்வளவு காமச்சுவை இருத்தலாகாதுதான் என்று மனமாரவே கூறினர். பிறகே இராம காதையைக் கம்பனின் கவிதைத் திறனைக்காட்டி, நிலைநாட்ட முடியாது என்ற முடிவுக்கு எதிர்ப்பாளரில் பலர் வந்தனர். கம்பரசம் இப்போது சிறுநூல் வடிவில் வருகிறது.

கம்பன், தமிழரின் கலையையும், நிலையையும் குலைக்கும் ஆரியத்தை எப்படியாவது புகுத்த வேண்டும் என்பதற்காக எத்தகைய ரசத்தைக் கவிதையிலே கூட்டியிருக்கிறார் என்பதைக் கண்டு, சரியா, முறையா என்பதுபற்றி ஓர் தீர்ப்பளியுங்கள்.

கா.ந. அண்ணாதுரை

கம்பரசம் - 1

டோஸ் நெ. 1

“எந்த நாட்டிலும் நம்பொணாக் கதைகள் உண்டு; அதுபோல் இங்குமுண்டு, இதை உணராது, பூதேவர்களின் புராணாதிகளை அலசிக்காட்டுகிறாயே; அவைகளின் ஆபாசங்களை எடுத்துத் தீட்டிக் காட்டுகிறாயே; யாரப்பா அவைகளிலே உள்ள கதையை மதிப்பவர்? அந்தக் காலம் மலையேறிவிட்டது. இப்போது இலக்கியங்களிலே உள்ள ‘ரசம்’ இருக்கிறதே, அதைத்தான் பருகி இன்புறுகிறோம்! அதிலும், கம்பரசம் பருகப் பருக இனிக்குமப்பா, பரதா! நீயும் ஒரு டோஸ் சாப்பிட்டால் தெரியும். அதன் அருமை பெருமை! உணர்ச்சி உற்சாகம், எழுச்சியாகவும் உன் உள்ளத்திலே பொங்கும். ‘கலா ரசிகனாக வேண்டும் என்றால் கம்பரசம் பருக வேண்டும்!’” என்று இலக்கியங்கற்ற இன்சொல் நண்பரொருவர் எனக்கு உபதேசித்தார் கனிவுடன்.

என் தோழர், இராமாயணத்திலே இருப்பது கம்பரசம், அதைச் சாப்பிட வேண்டும் என்று எனக்கு உரைத்தார். நான் ஒரு டோஸ் உள்ளுக்குச் செலுத்தினேன். ஆமாம் கம்பரசத்தைத் தான்! ஆஹா நான் கண்ட இன்பத்தை என்னென்பேன்! “நாலடிப் பாடலடி குதம்பாய்! நாமதன் விடு கணையடி. அடிக்கு அடி ரசந்தான் குதம்பாய்! அற்புத காமரசம்” என்று பாடினாலும் போதாது, அதன் இலட்சணத்தை விளக்க கலா ரசிகர்களின் அனுபவத்தைக் கண்டறியாது கையிலே நெருப்புப் பந்தமெடுத்தோமே என்றுகூடத் துக்கிப்பீர்கள். நீங்களும் அந்தக் கம்பரசத்தைச் சுவைத்தால்! சரி, இதோ முதல் டோஸ் பருகுக!

“தேவரசம் இராமரசம், கற்பின் மாண்பு, அதர்மத்தின் அழிவு. தர்மம் தழைப்பது எனும் அபூர்வகுண சிந்தாமணியாய், அடியார்க்குமடியேன் என்று உச்சரிக்கும், அருளுடையோராக்கிடும் அற்புத பக்த லீலாமிருதமாக விளங்கும், ஶ்ரீமத் ராமாயணத்திலே இலயிக்காதவர் மனிதராவரோ! கேவலம் மரக்கட்டையன்றோ!” என்று புராணிகர்கள் கூறிடக் கேட்டதுண்டு. ஆனால், உண்மையில், அவர்கள் எதைக் கண்டு இலயிக்கிறார்கள் என்பது தெரியாது திகைத்தேன். அந்தத் திகைப்பு போயிவிட்டது; கம்பரசத்தைக் கண்டுபிடித்ததும்.

டி.கே.சி., பி.ஶ்ரீ., சேதுப்பிள்ளை முதலாய புலவர் பெருமக்கள் கம்பனின் கவித்திறனைக் கூறிடக் கேட்டதுண்டு, ஆனால் அவர்கள், இதுவரை எனக்கு சூட்சமத்தை விளக்கிடவில்லை. ‘இராமன் வீர உரையைக் கம்பன் தீட்டுவது பார்! இயற்கையின் எழிலை அப்படியே எடுத்துக்காட்டும் திறத்தைக் கவனி! உவமைகள் தரும் உல்லாசத்தை உணரு!’ என்று கூறி வந்தார்களே தவிர உண்மைக் கம்பரசம் இதுவென்று கூறினதில்லை. நான் பெற்ற இன்பம் பெறுக இவ்வையகம் என்ற பெரு நோக்கின்றி எதை எதையோ, எழில் என்று கூறி வந்தார்கள்; எழுதி வந்தார்கள். உண்மையை உரைத்திடவில்லை, என் நண்பர் மட்டும், எனக்கு உண்மையை உணர்த்திடாது போயிருப்பின்... நினைத்தாலே கவலை மேலிடுகிறது. அவர், எனக்கு எடுத்துக்காட்டிய கம்பரசத்தின் முதல் டோஸ் மட்டுமே இன்று கூறுகிறேன்! பிற பிறகு!

“போக்கிரிப் பயலே! இப்படி விறைத்து விறைத்துப் பார்ப்பதா பெண்களை. மங்கையர் செல்வதை இமை கொட்டாது பார்க்கிறாயே உனக்கு அறிவு இல்லையா? அணங்குகளின் இடை காற்றினால் நெகிழ்ந்துவிடும். நடையினால் நங்கையரின் மேலாடை இடம் பெயரும்! நீ முறைத்துப் பார்த்தபடி இருக்கலாமா? காமப்பித்தனே!” என்று இன்று மிகச் சாதாரணத் தெளிவு பெற்றவர்களும். பெண்ணைக் கண்டால், இளித்துப் பார்க்கும் இயல்பினரை இடித்துரைப்பர்.

“அவள் போய்க்கொண்டிருந்தாள், நான் அவளைப் பார்த்துக்கொண்டே உடன் சென்றேன். அவளோ அழகான ஆடையால் தன்னை முழுவதும் போர்த்துக்கொண்டிருந்தாள், பிறகு ஒரு பெருங் காற்றடித்தது, ஆடை....” என்று எவனாவது ஒரு காமுகன், தன் நண்பரிடம் கூறினாலும், “போதும் நிறுத்தடா,

யார் காதிலாவது விழப்போகிறது" என்று மற்றவன் கூறுவான், இது சாதாரண மக்கள் வாழுமிடத்து இயல்பு!

"அயோத்தி சமான்யமான நகரமன்று, சாட்சாத் மகாவிஷ்ணுவே திரு அவதாரம் எடுத்த புண்ய க்ஷேத்திரம். இக்ஷ்வாகு பரம்பரையினரின் இராஜரீகத்தின் பயனாக, அஷ்ட ஐஸ்வரியம் நிரம்பி, அறமும் அறிவும் ஞானமும் தவமும் ததும்பும் இடம். ஊராரோ உத்தமோத்மர்கள், வசிஷ்டரே, அரண்மனைக் குரு. அவ்வளவு சிரேஷ்டமான நகரமக்களின் நினைப்பும் நடவடிக்கையும் அதிலும் அரண்மனையிலேயே உள்ளவர்கள். அரச குடும்பத்தினராகியவர்களின் நினைப்பும் எப்படி இருக்கும்? காமக் குரோதிகள் அண்டமுடியாத சீலர்களாகவன்றோ இருப்பர்! மாதரிடம் எத்தனை மரியாதை காட்டுவர்! பெண் பித்துக் கொண்டவராகவா இருப்பர்! குணக்கொழுந்துகளாகவன்றோ இருப்பர்!" என்று நான் கேட்டால், "ஆமாம். சந்தேகமென்ன! இராமச்சந்திரமூர்த்தி திரு அவதாரமான திருநகரிலே வாழ்ந்தவர்களின் திருக்கலியாண குணத்தைக் கூறவும் வேண்டுமோ?" என்றே இராமாயண பக்தர்கள் கூறுவர், ஆனால் உண்மை என்ன?

அயோத்தி மக்களைப் போன்ற அயோக்கியர்கள், அநாகரீகப் புத்தியும் போக்கும் கொண்டவர்கள், காமாந்தகாரக் காட்டுமிராண்டிகள், வேறு எங்கும் இல்லையென்று நான் கூறுகிறேன். என்மீது சீறுமுன், கலாரசிகர்கள் நான் கூறுவதைப் பொறுமையுடன் கேட்க வேண்டுகிறேன். தம்முடன் வரும் அணங்குகள் ஆடை அணிந்திருப்பதால், அவர்தம் அல்குல் வெளியே தெரியவில்லையே என்று ஏங்கிக்கிடந்து, பின்னர் தெரிந்ததும் கண்டேன். கண்டேன் களி கொண்டேன் என்று கருதிடும் மக்களை என்னவென்று கூறுவீர்கள்? கடையர், காமப்பித்தர் என்று கடிந்துரைக்க மாட்டீர்களா? மங்கையரை விறைத்துப் பார்ப்பதே மனிதத் தன்மையாகாது. மடத்தனம் என்று கூறுவீர்! மங்கையரின் மறைவிடம் வெளியே தெரியக் காணோமே என்று மனச்சோர்வு கொண்டு, அது தெரிந்ததும் அகமகிழ்ந்தனராம் அரி அவதாரமான அயோத்தி வாழ் மக்கள் - அதிலும் அரண்மனையினர்.

சுத்தப்பொய், அயோத்தி மக்கள் அவ்விதமாக இருந்திருக்க முடியாது. பெண்ணைத் தெய்வமாகக் கருதும் பெருந்தகைமையினர் என்றுகூறிச் சீறிடுவர் சிலர். அவர்களை, "இராமன் மீது பாரத்தைப் போட்டுவிட்டு" கம்பராமாயணம் அயோத்தியா காண்டம்,

குகப்படலம் 56வது செய்யுளைப் பார்க்க அழைக்கிறேன்; இதோ அச் செய்யுள்,

இயல்வுறு செலவினாவா
யிருகையு மெயினர் தூண்டத்
துயல்வன துடுப்பு வீசித்
துவலை கண் மகளிர் மென்றூ
சுயல்வுறு பரவை யல்கு
லொளி புறத்தளிப்ப வுள்ளத்
தயர்வுறு மதுகை மைந்தர்க்
கயா உயிர்ப் பளித்த தம்மா!

உள்ளத்து உயர்வுறு மதுகை மைந்தர்க்கு - மனத்தளர்ச்சி அடைந்திருக்கிற வீரர்களுக்கு; அயா உயிர்ப்பு - துன்ப நீக்கத்தை; அளித்தது - உண்டாக்கிற்று.

வீரர்கள் மனச்சோர்வு பட்டிருக்கிறார்கள்; அவர்களுக்குத் துன்ப நீக்கத்தை உண்டாக்கிற்று ஒரு பொருள்! எது? கேளுங்கள் வெட்கக்கேட்டை!

அல்குல்-பெண் குறி! அயோத்திமாநகரத்து வீராதி வீரர்களின் விசாரத்தைப் போக்கிய பொருள் இதுவாம்!

அம்மட்டோ, மேலும் பாருங்கள் கம்பரசத்தை!

சாதாரணமானதல்ல, இச்சத்புருஷர்கள் கண்டு களிகொண்ட பொருள். கவி கூறுகிறார் பரவை அல்குல் என்று! இதன் பொருள், பரந்திருத்தலைக் கொண்ட பெரிய அல்குல். எப்படி, கம்பரசம்! இது மட்டுமா? மேலும் உண்டு. இவர்கள் கண்டுகளித்த அந்தப் பரவை அல்குல் மெல் தூசு - மெல்லிய ஆடையில், உயல் உறு - தங்கி மறைகின்றதாக இருந்தது. அதுபோது மதுகை மைந்தர் அயற்வுற்றிருந்தனர். ஆனால், அவர்களின் துன்பம் போய் களிப்பு வரும்படி, என்ன நேரிட்டது? கேளுங்கள் கம்பனை! மெல்தூசு உயல் உறு பரவை அல்குல், ஒளிப்புறத்தளிப்ப - (அல்குலின்) ஒளியானது வெளியே தோன்ற! விசாரமடைந்திருந்த வீரர்கள், மெல்லிய ஆடைக்குள்ளே கிடந்த பெரிய மறைவிடத்தின் ஒளியானது வெளியே தெரியக் கண்டு, துயரம் நீக்கப் பெற்றனர் என்பது கவியின் கூற்று! ஆனால், மறைந்து கிடந்தது வெளியே தெரிந்த மாயம் என்ன? கவி கூறுவது கேண்மின்.

இயல்வுறு செலவின் நாவாய் - பொருந்திய மிக வேகத்தையுடைய நாவாய்களின், (அதாவது பெரிய படகுகளின்) இருகை உம் - இருபக்கத்தும், எயினர் தூண்ட - வேடர் உந்துதலால், துயல்வன - அசைவனவாகிய, துடுப்பு - துடுப்புகளால், வீசும் - எறியப்படுவனவாகிய, துவலைகள் - நீர்த்துளிகள், மகளிர் - மாதர்களுடைய, மெல்தூசு - மெல்லிய ஆடையில், உயல் உறு - தங்கி மறைகின்ற, பரவை அல்குல் ஒளிப் புறத்து அளிப்ப பரந்த மறைவிடத்து ஒளியை வெளியே தோன்றச் செய்ய!

பதவுரையை மீண்டுமொருமுறை படித்துவிட்டு, பொழிப்புரையைப் பார்க்க வாருங்கள்.

மிக வேகமாகச் செல்லும் பெரிய படகுகளின் இரு பக்கத்திலும் வேடர் துடுப்பு கொண்டு நீரைத் தள்ள, நீர்த்திவலை மேலெழும்பி, ஓடத்திலேறிய மாதரின் மெல்லிய ஆடையை நனைத்ததால். அவ்வாடைக்குள்ளே மறைந்துகிடந்த பெரிய அல்குலின் ஒளி வெளியே தெரியலாயிற்று. படகுகளிலே இருந்த வீரர்களின் மனச்சோர்வு, அந்தக் காட்சியைக் கண்டதால் நீங்கிற்று!

எப்படி இருக்கிறது தோழர்களே! அயோத்தி மக்களின் அறிவு? ஓடத்தில் உடனிருக்கும் மாதரின் ஆடை நனைந்து மறைவிடம் வெளியே தெரிய வந்து சோகம் நீங்கினராம்! என்ன மாண்பு! எவ்வளவு அறிவு! எத்தகைய யோக்கியர்களப்பா இவர்கள்?

ஓடத்திலே சென்றவர் தசரதன் திருமனைவியர் அவர்தம் பாங்கியர்! ஆடவரோ பரதன், அவன் படையினர்! அரச குடும்பம் ஓடமேறிச் சென்றதன் வர்ணனை! அதிலே இந்த ஆபாசரசம்! அதிலும் எதற்குச் சென்றனர்? கானகத்தும் காட்சி கண்டு களிக்கவா! வேட்டையாடி விருந்து சமைக்கவா? அல்ல, அல்ல! வேதனையால் தாக்குண்டு, அதிலும் யாரோ ஆடலழகிகள், பொது மகளிர், களியாட்டத்துக்காக மதுவுண்டு மயங்கிச் சென்ற சமயமா, கவி சித்தரிப்பது? மறைவிடம் வெளித் தெரியக் கண்டு மனமகிழ்வு கொண்ட மதுகை மைந்தர், ஓய்வுக்கும் உல்லாசத்திற்கும் சரச சல்லாபிகளுடன் ஓடமேறிச் சென்ற காட்சியையா கவி கூறப் போந்தார்! இல்லை! இல்லை! விம்மியபடி செல்கின்றனர். அயோத்தியிலே, மன்னன் மாண்டான்! ஆரண்யத்திலே இராமன் இருந்தான்! பரதன் செல்கிறான், படையுடன், தாய்மார்களுடன் அண்ணனை அயோத்திக்கு வரச்சொல்ல! அதற்காக குகன், நாவாய்கள் தயாரிக்க, அதிலே சென்றனர். பட்டமகிஷிகள்,

பாங்கியர், பரதன், அவன் பிரதானியர், படையினர்! அந்த நேரத்திலே இந்த வர்ணனை! படகு செலுத்தியதை வர்ணிக்க. பட்டாடை நனைந்தது, பரந்த மறைவிடம் பளிச்சென வெளித் தெரிந்தது; சோகத்திலிருந்த வீரர், அக்காட்சியினைச் சுவைத்தனர் என்று கவி வர்ணிக்கிறார். இதைப் படித்தால், நாம் எதை எண்ணி ஏங்குவது? இவ்வளவு காமாந்தகாரர்களின் கதையைப் புண்ணிய சரிதம் என்று மக்கள் படிக்கின்றனரே என்று சோகிப்பதா? 'பகவான்' பிறந்த இடத்திலே வாழ்ந்த மக்கள் இவ்வளவு அநாகரிகமுடையவர்களாக இருந்தார்களே என்பதை எண்ணித் துக்கிப்பதா? இத்தகைய ஆபாசக் கூட்டத்தைக் கவி. ஏன் விவரித்துப் பாட வேண்டும், என்று எண்ணிக் கவலை கொள்வதா? இவ்வித ஆபாசங்களைக் கொண்ட சுவடியைச் சுமந்து தீர வேண்டும் என்று கடுஞ்சொல் புகன்று வாழும் பேர்வழிகள் இன்றும் உள்ளனரே என்பதை நினைத்து நெஞ்சம் புண்ணாவதா? நீங்களே கூறுங்கள்! இராமாயணத்தின் சுவையும், இராம அவதார மேன்மையும் இந்தச் செய்யுள் இல்லாவிட்டால், மக்களுக்கு விளங்காது என்று கருதிக் கம்பர் இதனைத் தீட்டினாரா? தமது கவித் திறமையை விளக்க, இயற்கையை வர்ணித்தால் போதாது; மறைவிட ஒளியையும் வர்ணித்தே தீர வேண்டும் என்று எண்ணி இக்கவிதையை இயற்றினாரா? கடவுளின் கதையிலே காமரசம் இருக்க வேண்டுமா? அதிலும் இத்தகைய ஆபாசம் நெளியும் காமரசமா இருக்க வேண்டும்? கலா ரசிகர்களே! இலக்கியச் சுவையிலே இலயிக்கும் கவிதா உள்ளம் படைத்த கண்ணியர்களே! கலைக்காகச் சர்வபரித்தியாகம் புரிய முன்வந்துள்ள மதுகை மைந்தர்காள்! மறைவிடத்தின் மாண்பு விளக்கமாம், இக்கவிதை தருவது போன்ற கம்பரசம், மக்கட்குத் தேவைதானா? நெஞ்சிலே கைவைத்துப் பதில் கூறுங்கள், நேரப் போக்குக்கோ, நரம்பு முறுக்குக்கோ, பஞ்சணைப் பேச்சுக்கோ பாவையர் கண் வீச்சுக்கோ, கண்டதால் உண்டான மன நெகிழ்ச்சிக்கோ, காமரசக் கவிதை தேவையாக இருக்கலாம், அதுவும், "தொந்தி சரிய மயிரே வெளிர நிறை தந்த மசைய உடலே" கொண்ட பருவத்தினருக்குக் கடவுள் திருஅவதாரக் கதைக்கு, இத்தகைய செய்யுள் தேவையா? சற்றே பதில் கூறும்?

இவ்விதமான காமச்சுவையை உண்ட மயக்கமே, பலரை கம்ப இராமாயணத்தைக் காப்பாற்றித் தீர வேண்டும் என்ற மதுகை மைந்தராக்கிவிட்டது என்று எண்ணுகிறேன்.

டோஸ் நெ. 2

அயோத்தி நாட்டு மதுகை மைந்தர்கள், மது மைந்தர் களைவிடக் கேவலமான மனப்பான்மையினராக இருந்தது பற்றிக் கம்பரசம் என்பது, கேவலம் காமரசமாக இருப்பதை எடுத்தும் காட்டினேன். ஒரு காலத்தில் சோமரசம் குடித்துக் கூத்தாடிக் கிடந்த ஆரியருக்கு ஆதிக்கம் வந்ததன் காரணம், இவ்விதமான மனப்பான்மை கொண்ட புலவர்களின் துணை கொண்டு, தமிழரின் நெஞ்சிலே ஆதிநாள் ஆரியர் நஞ்சு புகுத்தியது. அதன் விளைவுதான் இந்த நாள் ஆரியரின் ஆதிக்கம் ஆணிவேருடன் தழைத்திருப்பது. இந்த ஆதிக்கத்தை ஒழிக்க வேண்டுமானால் கம்பரசத்தின் சுவையிலே சொக்கும் சல்லாபிகளாக நம்மவர் இருத்தலாகாது. தித்திப்பான பண்டத்தினுள்ளே தீங்கான போதையை வைத்துக் கொடுப்பதுபோல, கலை, காவியம் என்ற இனிப்புடன் சேர்ந்து, ஆரியம் தரப்பட்டிருக்கிறது, இதனை உணராதார் ஊராருக்கு வந்துற்ற இடர்களைத் தெரியாதார் என்பேன்.

நடிப்புக் கலையிலே நாலாவது இடமும் பெற இலாயக்கற்ற நங்கையர், நயனத்தின் நடமாட்டத்தாலும் இன்சொல்பேசி இடையாட்டுவதாலும், அரைநிர்வாண அலங்காரத்தாலும், நட்சத்திரங்களாவது காண்கிறோம். அவர்களின் நடைமுறையினைக் கண்டித்துப் பத்திரிகைகள் எழுதிடப் படிக்கிறோம். 'ஆமப்பா! அவள் எந்த படத்திலே நடித்தாலும் ஆபாசமான காட்சிகளாகத்தான் இருக்கிறது' என்று பேசுகிறோம். சினிமாக் கலையின் சீர்கேட்டினைக் கண்டிக்கிறோம். ஆனால் கம்பனின் கலையிலே தேங்கிக்கிடக்கும் காமரசத்தைக் கண்டிக்க முன்வர மறுக்கிறோம், நா கூசுகிறது; நடுக்கம் பிறக்கிறது; ஏன் இந்த ஓரவஞ்சனை?

பனிநீரில் குளித்துப் பட்டாடை உடுத்திப் பரிமள கந்தம் பூசி, அணி பல பூண்டு, பஞ்சணை ஏகி, பாசமூட்டும் விழியும், சிலம்பு கொஞ்சும் பாதமும், பவளச் செவ்வாயும், பளிங்கு போன்ற உடலும், பவுன் நிற மேனியும், பதைப்புறு காதலும் உடைய பாவையர், பக்கத்திலிருந்து ஆலவட்டம் வீசியும் "அன்பா! என்ன தேவை?" என்று கேட்டும், அருகே சென்று கொஞ்சுமொழிப் பேசி பஞ்சபாணத்தை வீசி, படுக்கையிலே பக்கத்தில் படுத்து...!!

இந்த 'ரசம்' கேட்காமல், எதிர்பாராமல் கிடைத்திட்டால், எப்படி இருக்கும்! அதுவும் ஒரு காசும் செலவின்றி; முன்பின்

கண்டதில்லை; தூதுவிட்டதுமில்லை. ஆனால் அந்த ரசவல்லிகளோ, உல்லாசத்தை உவகையுடன் தந்து, உரசி நின்று உபசரிக்கின்றனர். ஒரு பொருளும் கேட்டாரில்லை! வலிய அணைந்த சுகமன்றோ சுகம். அதிலும் வக்கிரங்களல்ல, வகையிழந்த வயோதிகங்களுமல்ல, சரச குணா ஜெகன் மோகினிகளய்யா! வகை தரும் பருவமுள்ள மங்கையர்! வாசமலர் கூந்தலழகியர் அவர்கள் அருகேயழைத்து இருகை பற்றியிழுத்து, மஞ்சத்தில் படுக்கவைத்துப் பக்கமேவி, படுபாவியாம் மதனன் விடுகணைகளைப் பொடி பொடியாக்கி விடுகிறார்கள்!

"பரதா! எங்கேயப்பா, இத்தகைய 'புண்யவதிகள்' உள்ளனர்? இத்தகைய காமவல்லிகள், கருணாமூர்த்திகள், தியாகதேவிகள் எங்கே உள்ளனர்? இருந்து முகந்திருத்தி ஈரோடு பேன் வாங்கி எழுந்து வாயேண்டி இரவு மணி பத்தாச்சு!" என்று அழைத்தாலும் இருமலும் காய்ச்சலும் இழுத்து வதைக்குதே என்று ஈனக் குரலில் பேசிடும் இன்பக் கொல்லிகளிடம் இடர்பட்டுக் கிடக்கிறோமே, கண்டதும் களிகொண்டு மதனன் மாளிகைக்கு அழைத்துச் செல்லும் ஆரணங்குகள் உள்ள அந்த போக பூமி எங்கேயிருக்கிறது எமக்குக் கூறு, என்று கேட்கத் தோழர்கள் துடிப்பர்; கலவியைக் கேட்குமுன் வழங்கும் இக்காரிகையர் வாழுமிடம் தெரியும். ஆனால் என் மொழியை அவர் கேளார். அந்தக் கோலாகல கம்பெனியின் மானேஜிங் டைரக்டர் சாதாரண சாமான்ய பேர்வழியல்ல. பரமனருள் பெற்றுப் பந்தபாசம் விட்டு, நாலு வேதங் கற்றுணர்ந்த பரத்துவாச மாமுனிவர், இந்த இன்பத்தை இல்லை என்னாது ஈயும் வள்ளற்றன்மை கொண்ட வனிதையரின் வசீகர கம்பெனியின் மனேஜிங் டைரக்டர்!

"என்ன புதிரப்பா கிளப்புகிறாய்? அரை நொடிக்குள் எனது ஆனந்தத்தை தகர்த்துவிட்டாயே?

போகம் வழங்கும் பூவையர்க்கு, யோகம் செய்யும் முனிவரா ஏஜண்டு? இது எம்மால் நம்பமுடியவில்லையே, காமக் குரோதிகளை அடக்கும் ரிஷிசிரேஷ்டர் காமக்கூத்துக் கழகத்தின் நிர்வாகியா? ஓமத் தீயை மூட்டி சாமவேதத்தைப் பாடிடும் சற்குணம், காமத்தீயை மூட்டி சரசகீதம் பாடிடும் மடந்தையர் மன்றத்திற்குத் தரகரா? "சே! இது சுத்த தப்பு" என்று கூறுவீர்கள். தயவு செய்து நம்புங்கள் தோழர்களே! கூறிய அந்தக் 'குணவதிகளின்' கூட்டத்துக்கு, பரத்துவாச மாமுனிவரே

மானேஜிங் ஏஜண்டாக இருந்தார்! அவர் அழைத்தார்! அவர்கள் சதங்கை கொஞ்ச ஓடி வந்தனர், அவர் பணித்தார்.

முனிவரின் விருந்தினருக்கு அந்தச் சுந்தரிகள் மகிழ்வூட்டினர். பர்ணசாலைகளிலே அல்ல! சாதாரண மாளிகைகளிலேயுமல்ல! சந்திர மண்டலம் போன்ற தமது மாளிகைகளிலே! சந்திர மண்டலம் வெறும் சுந்தரம் மிகுந்ததாக மட்டுமா இருக்கும்! சந்திரன் என்ன சாமான்யப் பேர்வழியா? குரு பத்தினியைக் கூடிய குணாளன்! அவனுடைய மண்டலம் போன்ற அழகும் காமமொழுகும் நெகிழும் இடம் அந்தச் சுந்தரிகளின் மந்திர மாளிகைகள்! இன்னும் ஒன்று கேண்மின்! "நீ மந்திரியா, அப்படியானால் மஞ்சத்தில் வா! நீ யார்? மந்திரிகளின் தேரோட்டியா? சரி வெளியே போய்ப் படு! நீ யார்? சேனாதிபதியா? மெத்தச் சந்தோஷம்; போர்க் கோலத்தைக் கலைத்துவிட்டுச் சயனக்கிரகம் வாரும்! நீ யார்? சேனாதிபதியின் சேவகனா? நீ போய் தெருத்திண்ணையிலே படுத்துறங்கு!" என்று அந்த மாதர் பேதம் பாராட்டி, தக்கோருக்குத் தயை காட்டி மற்றையோரை இல்லை என்று கூறி வாட்டினர் என்று கருதுகிறீர்களா? அப்படிச் செய்யவில்லை! பேதநிலை கண்டு காதலை நிறுத்தும் கயவரல்ல அந்தக் கருங் குழலிகள்! எல்லோரும் இன்புற்று இருப்பதேயல்லாமல், வேறொன்றும் அறியாப் பராபரங்கள், அப்பாவைகள். சர்வம் ஜெகன்னாதம், எவரையும் விடவில்லை. சகலருக்கும் சரி என்று சம்மதித்தனர்.

"இனிப் பொறுக்கமாட்டோம் பரதா! எங்கே இருக்கிறது இந்த விபச்சார விடுதி? இதற்கும் பரத்துவாசருக்கும் என்ன சம்பந்தம்? நீ கூறுகிறபடி எப்போதாவது நடந்ததா? அந்த அதிர்ஷ்டசாலிகள் யார்? அந்தச் சம்பவம் நடந்தது, உனக்கு எப்படித் தெரியும்?" என்று அடுக்கடுக்காகக் கேட்க வேண்டாம் தோழர்களே; கூறிவிடுகிறேன்.

இந்த 'விடுதி' இருக்குமிடம் சுவர்க்கலோகம், இதனை அனுபவித்தவர் அயோத்தியின் மதுகை மைந்தர்! இதை நடத்தி வைத்தவர், பரத்துவாச முனிவர்! இதை நான் தெரிந்து கொண்டதும், கம்பனின் கதையினால்! கல்கத்தாவிலே சில வீதிகளில் விபசாரிகள் தங்க, வீட்டு வசதிகளை அதிகாரிகள் ஏற்பாடு செய்து தந்து, பட்டாளத்துக்காரர் விபசார வசதி பெற வழி செய்து தந்தனர் என்று முன்பு ஓர் புகார் வெளிவந்தது. பத்திரிகைகளெல்லாம் சீறின; பாதிரிகள் சிலர் கூடப் பகைத்தனர். சர்க்கார் மறுத்தனர்; பிறகே சந்தடி அடங்கிற்று.

போகத்தைப் பணத்துக்குப் பெறும் பேர்வழிகள், பொது மகளிருடன் சம்பந்தங்கொள்ள இடமளிப்பது குற்றமென்று குடைந்த குணவான்களெவரும், பரத்துவாசர் யாரும் கேட்கா முன்பு, இந்த விபசார விடுதியை அமைத்துத் தந்தார் என்பதற்காக அவரைக் கண்டிக்கமாட்டார்கள்! நான் ஓர் கட்டுக்கதையுங் கூறவில்லை! கடவுள் திரு அவதாரக் கதையாம் இராமாயணத்தைக் கூறுகிறேன். கம்பன் எழுதியது சாதாரண பேர்வழியின் சாரமற்ற கதையல்ல? சாட்சாத் கம்பராமாயணத்திலே இருக்கிறது இந்தச் 'சத்விஷயம்'.

பரதன், பிரதானியர், படையினர் ஆகியோர் இராமனை காட்டிலிருந்து நாட்டுக்கு அழைத்துவரச் சென்றபோது... வழியிலே பரத்துவாச முனிவரின் ஆசிரமத்தைக் கண்டனர். முனிவரைத் தொழுதனர். குசலம் விசாரித்த பிறகு, பரதனுக்கும் அவனுடன் வந்தவருக்கும் விருந்தளிக்க ரிஷி எண்ணினார். காட்டிலே, பர்ணசாலையிலே, விருந்தளிக்க வேண்டுமானால், மானிறைச்சியும், மதுவும், பசுங்கன்றின் கறியும், பழமும்தானே கிடைக்கும்.

எனவே, பரத்துவாசர் ஓமத் தீயை மூட்டினார், ஆகுதி செய்தார்; "சுவர்க்கமே! வா இங்கே!" என்று கட்டளையிட்டார். சுவர்க்கம் அந்தக் காட்டுக்கு வந்து சேர்ந்தது! நான் சொல்வதை நம்ப மறுக்கும் நண்பர்கள் கம்ப இராமாயணத்தைக் கையிலெடுத்து, அயோத்தியா காண்டம் திருவடி சூட்டுப் படலம் 6, 7வது பாடல்களைப் பார்க்கக் கோருகிறேன். தீயினாவுதி செங்கையீனீக்கினான் - சிவந்த தன் கைகளால் ஓமத் தீயில் சில ஆகுதிகளைப் பெய்திட்டான் என்று 6வது பாடலிலும், துறக்கம் படிந்து வந்து படிந்தது சுவர்க்கலோகம் பறந்து வந்து நின்றது, என்று 7வது பாடலிலும் இருக்கக் காண்பர்.

அப்படி வந்த அந்த சுவர்க்கலோகத்திலே, விருந்துக்குக் குறைவா? ஆனந்தமாக அறுசுவை உண்டி கிடைத்தது. அத்துடன் நிறுத்திவிட்டிருக்கலாம் கவி! ஆனால் கம்பரா நிறுத்துவார்? இழவு வீட்டு வருணனையிலும் மாதரின் எழிலைத் தீட்டும், காமப் பொழிலின் காவலரல்லவா கம்பர்! ஆகவே அவர் காட்டிலே வந்து குதித்த அந்த சுவர்க்கலோகத்திலே பரதனுடன் வந்தோர் என்னென்ன சுகமனுபவித்தனர் என்பதை வர்ணிக்கிறார். சுவர்க்கலோகத்துச் சுந்தரிகள், பரதனுடன் வந்தோர்க்குச் சோடச உபசாரம் செய்தனர் என்று சொல்கிறார். அதுவும் போதாது என்று, அந்த மங்கையர் ஆடவரை பஞ்சணையிலே, படுக்கையிலே

படுக்கச் செய்து தாமும் அவர் பக்கத்திலே படுத்து உறங்கினர் என்று கூறுகிறார். படியுங்கள் அப்பாடலை.

அஞ்சடுத் தவமளி யலத்தகப்
பஞ்சடுத்த பரிபுரம் பல்லவ
நஞ்சடுத்த நயனியர் நவ்வியிற்
றுஞ்ச வத்தனை மைந்தருந் துஞ்சினர்.

காமரசத்தை எவ்வளவு கருத்தோடு கனிவோடு கம்பர் பொழிகிறார் என்பதைப் பாருங்கள். முதலிலே பஞ்சணையின் சிறப்பு, பிறகு பாவையரின் வர்ணனை, பிறகு ஆடவரும் பெண்டிரும் பக்கத்தில் படுத்து உறங்கும் காட்சியின் வர்ணனை! நல்லவேளையாக அத்தோடுவிட்டார்! அன்னத்தின் மெல்லிய சிறகு, இலவம் பஞ்சு, செம்பஞ்சு, மயில் தூவி, வெண்பஞ்சு ஆகிய இந்த ஐந்து பொருளினாலும் செய்யப்பட்ட மெத்தை விரிக்கப்பட்டிருந்ததாம்.

பஞ்சணையிலே! ஆகா! எவ்வளவு கோலாகல வாழ்வு கம்ப சித்திரத்தின்படி! அந்தப் பெண்களோ காமநோயூட்டும் விழியினராம்! அவர்கள் உபசரித்து உறங்கினர். பஞ்சணையின் பக்கத்தில்; அப்போது மைந்தரும் துஞ்சினர்! ஏனப்பா தூக்கம் வராது? கம்பரசம், காமரசம் என்பதை இப்பாடல் நன்கு விளக்கும் என்றாலும், அப்பாடலிலே அணங்குகள் தூங்கவே ஆடவரும் தூங்கினர் என்று முடிக்கிறாரே, அதிலே தொக்கியுள்ள காமரசம், அட அடா சொல்ல முடியாது!

இனிப் பதவுரையைப் பாருங்கள், என் பொழிப்புரை தவறா என்பது தெரியும்.

அஞ்சு அடுத்த அமளி - அன்னத் தூவி. இலவம் பஞ்சு, செம்பஞ்சு, மயில் தூவி, வெண்பஞ்சு எனும் ஐந்து பொருள்களாலான படுக்கை மெத்தையிலே; அலத்தகம் பஞ்சு அடுத்த - செம்பஞ்சுக் குழம்பு ஊட்டப்பெற்ற! பரிபுரம் பல்லவம் - சிலம்பணியை அணிந்த தளிர் போன்ற பாதங்களையும்! நஞ்சு அடுத்த நயனியர் - (காம நோயையூட்டும் காரணத்தால்) விஷம் போன்ற விழிகளையுமுடைய தேவமகளிர்; நவ்வியின் துஞ்ச-பெண் மான்கள்போல அருகிற் படுத்து உறங்க; அத்தனை மைந்தரும் துஞ்சினர் - பரதன் சேனையிலுள்ள ஆடவர்களனைவரும் உறங்கினார்கள்!

திருவடி சூட்டுப் படலம், 11வது செய்யுள் இது, பரதனின் சொந்தச் சரக்கல்ல!

அத்தனை மைந்தரும், என்று கவி கூறினாரே, அதன் கருத்தைப் பிரிதோர் பாடலில், 12இல் விளக்கமாகவே உரைக்கிறார். வேந்தராகி சிவிகையின் வீங்குதோள் மாந்தர் காறும் அந்தத் தேவமாதர் உபசரித்தனராம். அதாவது, வேந்தர் ஆதி - அரசர் முதலாக, சிவிகையின் வீங்குதோள் மாந்தர் காறும் - பல்லக்குத் தூக்குவதால் வீங்கிய தோளையுடைய மனிதர்கள் ஈறாக அனைவரையும் அம்மாதர் அன்போடு உபசரித்து அளவளாவி அம்சதூளிகா மஞ்சத்தில் அருகே படுத்திருந்தனர். இந்த ஆரியத் திருத்தொண்டுபுரிய அவர்களை அழைத்தவர், பரத்துவாசர்.

இந்த லோகத்திலே புண்ணியம் செய்தவர்கள் சொர்க்கம் புகுவார்கள் என்று கூறுகின்றனர், அங்ஙனம் புண்ணியம் செய்தால், தேவமாதரானவர்களின் தொண்டு இப்படி விலை கேளா விபசார விடுதியை நடத்துவதுதானா? இதுதான் சொர்க்கலோக வாசமா? ஒரு முனிவரின் விருந்து வைபவம் இவ்விதந்தான் இருக்க வேண்டுமா? ஒரு அரசகுமாரனின் அவதியைப் போக்கச் சென்ற படை, வழியிலே இந்த 'வேட்டை'யிலே ஈடுபடுவதா? சுவர்க்கத்திற்குத்தான் இது யோக்கியதையா? ரிஷிக்குத்தான், இது நியாயமா? வீரருக்கு இது அழகா? இந்தக் காட்சியைக் கடவுளின் திரு அவதாரக் கதையிலே புகுத்தியதற்குக் கம்பருக்குக் காமரசத்திலே இருந்த மட்டற்ற பாசமன்றி வேறு என்ன காரணங்கூற முடியும்? கலா ரசிகர்களே! சற்றே தயை செய்து பதில் கூறுங்கள்.

டோஸ் நெ. 3

காளை காணாமற்போனதால் கலங்கிய கண்ணன், வேலனிடம் கூறுகிறான். அதைக் கண்டுபிடித்துத் தரச் சொல்லி வேலன் இசைகிறான். 'என் காளை எப்படி இருக்கும் தெரியுமா?' என்று கண்ணன் கேட்கிறான். பிறகு வேலனுக்கு அந்தக் காளையின் அடையாளத்தைக் கூற ஆரம்பிக்கிறான். அவர்களின் உரையாடலைக் கேளுங்கள்.

"காணாமற்போன, என் காளை கருப்பு நிறம்!"

"சரி"

“முன் பக்கம் வளைந்த கொம்புடையது”

“ஓஹோ ”

“அதிக உயரமுமில்லை, அதிக மட்டமுமில்லை, நடுத்தரமாக இருக்கும்.”

“அப்படியா?”

“பரமசாது, குழந்தைகூடப் பிடித்துவிடலாம்; முட்ட வராது, கிட்டே சென்றாலும் எட்டி உதைக்காது. வண்டியில் பூட்டினால் வகையாக இழுத்துச் செல்லும். வாய்ப்புறத்திலே கொஞ்சம் வெள்ளையாக இருக்கும். நாலே பல்!”

“போதும் சார், அடையாளம் சொன்னது, தேடிப் பார்க் கிறேன். எந்தக் கொல்லையிலே மேய்ந்துகொண்டிருக்கிறதோ, அலைந்து திரிந்தாகிலும் கண்டுபிடித்துவிடுகிறேன்”

“ஆமப்பா! அக்கறையாகத் தேடிப்பார். மற்றும் ஒரு அடையாளம் உண்டு, சொல்ல மறந்துவிட்டேன். மூக்குத் துவாரம் அகன்று இருக்கும். வால் மயிர் கத்தையாக இருக்கும்.”

“என்ன சார்! மூக்குத் துவாரத்தையும் வால் மயிரையும் கூடவா வர்ணித்துச் சொல்ல வேண்டும்? முன்னே சொன்ன அடையாளமே போதுமே! கருப்பு மாடு, நடுத்தரமாக இருக்கும், சாது, வளைந்த கொம்பு, இவ்வளவு அடையாளம் போதும்.”

“என்னமோ தம்பி! எனக்கு அந்தக் காளைமீது இருக்கிற ஆசையும் அதை எப்படியாவது தேடிப் பிடித்தாக வேண்டும் என்ற எண்ணமும், இப்படி ஒரு அடையாளங்கூட விடாதபடி சொல்லச் செய்கிறது. மற்றுமோர் அடையாளம் கேள். ஒரு மைல் ஓடினால் நுரை தள்ளும்; காது பக்கம் சவுக்காலடித்தால் மூளை வரும்; முதுகிலே இலேசாகத் தட்டினால் பெருநடையாகப் போகும்.

“சரியாகப் போச்சு, இதைக் கண்டுபிடிக்க நான் காளையை வண்டியிலே பூட்டி ஒரு மைல் ஓட்டி, சவுக்காலடித்துப் பார்த்துப் பிறகுதானே, நீங்கள் சொல்லியிருக்கிற அடையாளம் சரியாக இருக்கிறதா என்று கண்டாக வேண்டும். வழியிலே கிடைக்கிற ஒவ்வொரு கருப்புக் காளையையும் வண்டியிலே பூட்டியாக வேண்டும். அடையாளம் சொல்ல வந்தீர்களே இப்படி.”

வேலன் கண்ணனைப் பற்றி என்ன எண்ணுவான்? “இவனுக்கு மாடு கெட்டதுடன் மதியுங் கெட்டுவிட்டதுபோலும்.

ஆகவேதான் இப்படிப்பட்ட அடையாளங்கள் கூறி, காளையைத் தேடச் சொல்கிறான்" என்றுதானே எண்ணுவான்? காளையைப் பற்றி இப்படிக் கூறினவனை இவ்விதம் கேலி செய்வதானால் காதலியைப்பற்றி இதைவிட மோசமான ஆபாச அங்க அடையாள விளக்கங் கூறும் ஆடவனைப் பற்றி என்ன கூறுவது? அவ்விதமான கவிதைகள் இயற்றிய கோமானைப் பற்றி என்ன சொல்வது? வகையின்றிக் காளையை இழந்த கண்ணன், அதன் வால் மயிர் அடையாளங் கூறியது கேட்டு வேலன் விலா நோகச் சிரிக்காதிருக்க முடியுமோ; ஆனால் சொற்செல்வன், அனுமான் அஞ்சலி செய்து நின்று பக்திபூர்வமாக இராமன் சீதாபிராட்டியாரைப் பற்றிக் கூறிய வர்ணனைகளைக் கேட்டு இன்புறுகிறான்.

அவதார புருஷர்களின் (அவ) லட்சணம்! "அனுமானே! கேள் என் பிரியை சீதா இப்படி இருப்பாள்" என்று துவக்கிய 'எம்பெருமான்' எந்த அளவோடு நிறுத்துகிறார் என்று எண்ணுகிறீர்கள்? சர்வமும் சாங்கோபாங்கமாகக் கூறி முடித்த பிறகுதான்! முப்பத்துநான்கு பாடல்களய்யா இதற்கு! தன் மனைவியின் அங்கங்களை வர்ணித்து "இது இப்படி இருக்கும், இது இவ்வளவு மிருதுவாக இருக்கும். இந்த அங்கம் இவ்விதமான பளபளப்பாக இருக்கும்" என்று இராமர் ஒவ்வொன்றையும் அனுமானிடம் கூறுகிறார்.

காளை கெட்டவன், அதன் வால் மயிர் அடையாளம் கூறுவதே மதிகெட்ட தன்மை எனில், காணாமற்போன மங்கையின் நாபி, தொடை ஆகிய உறுப்புக்களையும் வர்ணிக்கும் இலட்சணத்தை எதன்பாற்பட்டது என்பீர்கள்? அதிலும் அந்த மங்கை இராமன் மனைவி, மகாலட்சுமியின் திரு அவதாரமாம், பொன்னவி மேனியாள், பூவிரி மணத்தினள், புன்னகை முகத்தினள், அருளொழுகு கண்ணினள் என்று கூறலாம், மற்ற புலவர்கள் இங்ஙனம் உரைப்பர். தங்கை எனினும், கொங்கை பற்றி மறைக்க மறுக்கும் தகைமை வாய்ந்த தவக்கவி கம்பர். இத்துடன் கூறிடுவது தமது கவித் திறமைக்கேற்றதாகாது என்று கருதிப்போலும். சீதாப்பிராட்டியாரின் எழிலை விளக்க எல்லா அங்கங்களையும் வர்ணித்து மகிழ்கிறார்.

அதிலும், ஒரு கணவன் தன் மனைவியைக் குறித்து ஒரு நண்பனிடம் இவ்விதம் பேசலாமா, பேசுவதுண்டா, முறையா என்பது பற்றிக் கவலையுமின்றிக் கம்பர் வர்ணித்திருக்கிறார். சீதையானாலும் சீதேவி என்றாலும் பெண் என்றால்

அவருக்குப்போதும், நெஞ்சு நெகிழ்ந்துவிடும். கம்பரசம், குறைவற வெளிவரத் தொடங்கும்! இராமன் கூறியதாகத் தொகுத்துள்ள பாடல்களிலே, இவ்வளவு ஆபாசம் இருக்கலாமா? இதற்குப் புலவர் பெருமக்கள் என்ன சமாதானம் கூறுகின்றனர் என்று கேட்கிறேன். மறைவிடங்களைப்பற்றி எல்லாம் அனுமானிடம் இராமன் கூறி, "இவ்விதமானவள் என் சீதை நீ அவள் இருக்குமிடந்தன்னை தெரிந்து வா" என்று கூறினதாகச் சொல்லும் கவியின் பிரதிநிதிகளைக் கேட்கிறேன்.

சீதையின் பாதம், புறஅடி, கணைக்கால், தோள், முன்கை நகம், கழுத்து, அதரம், பற்கள், மூக்கு, காது, கண்கள், புருவம், நெற்றி, கூந்தல் - எனும் இன்னோரன்ன பிற உறுப்புக்களையாவது, இராம வர்ணனையின்படி இருக்கின்றனவா வென்று வெளித் தோற்றத்தால் அனுமன் காண முடியும். ஆனால் அந்த 34 பாடல்களிலே வரும் மற்ற வர்ணனைகள் உளவே, மறை உறுப்புக்களான, தொடை, பெண்குறி, இடை, வயிறு, நாபி, நாபிக்குமேல் வயிற்றிலுள்ள மயிரொழுங்கு, வயிற்று இரேகை, தனங்கள் இவைகளை அடையாளம் காண்பதெப்படி? இதுகூடவா கம்பர் கவித்திறமையின் விளக்க ஒளிகள் என்று கேட்கிறேன்.

ஒரு புலவரின் திறனை விளக்க ஒரு பாவை நிர்வாணமாக்கப்படுவதா? அதிலும் மனைவியை நிர்வாணக் கோலமாக்க கணவன் முனைவதா? அதையும் மற்றொரு நண்பன் முன்பா? அதிலும் அனுமான் என்னும் நித்திய பிரம்மச்சாரி முன்பா? வரைமுறை, மறைதிரை, வரம்பு முதலியன எதுவுந் தேவையில்லையா? ஆம்! அவருக்கு, அந்தக் கம்பருக்குப் பெண்களின் விஷயமாக எழுதும்போது, வேறு எந்த நீதியும் குறுக்கிடாது; அவ்வளவு அனுபவித்தவர் அவர்; போகி; காமுகர், இந்த மகானுபவர் கடவுட்கதை ஏன் எழுதப் போந்தார்? கன்னியின் முத்தம்-கலவிக் கடல் என்பன போன்ற காமக்கதை எழுதியிருக்கலாமே! எந்தப் பொருள் கொண்ட இலக்கியத்திலே எந்த ரசம் இருக்க வேண்டும் என்ற முறைகூடவா தவற வேண்டும்! பாருங்கள் இப்பாடலை.

வாராழி கலசக் கொங்கை
வஞ்சிபோல் மருங்குவாள் தன்
தாராழிக்கலைசார் அல்குல் தடங்
கடற்கு உவமை தக்கோய்!!

பாராழி பிடரில்தங்கும், பாந்தம்
பணி வென்றோங்கும்
ஓராளித் தேரும் கண்ட உனக்கு
நான் உரைப்பதென்ன?

இராமபிரான் சொல்லுகிறார் அனுமானிடம். "தக்கவனே! என் மனைவி சீதை இருக்கிறாளே, அவளுடைய கொங்கைகள் கலசம் போன்றன! அல்குலோ, தடங்கடற்கு உவமை" என்று.

உலகிலே உள்ள, எந்தப் பித்தனும் வெறியனுங்கூடத் தன் மனைவியின் கொங்கையையும் மறைவிடத்தையும் வேறொருவனிடம் வர்ணிக்கமாட்டான். அங்ஙனம் வர்ணிக்கும் கதாநாயகனை எந்த நாட்டு இலக்கியத்திலும் எந்தக் கவியும் சித்தரிக்கவில்லை. ஹோமர் முதற்கொண்டு பெர்னாட்ஷா வரையிலே எடுத்துப் பாருங்கள்! மதனகாம ராஜன் கதை முதற்கொண்டு மன்மத விஜயம் என்பன போன்ற காமக்கூத்து ஏடுகளையும் கூடப் பாருங்கள், எதிலேயும் "என் மனைவியின் மேலிடமும், மறைவிடமும் இவ்விதமாக இருக்கும்" என்று பிறனிடம் கூறிய பேயன் எவனுமில்லை என்பதைத் தெரிந்துகொள்ளலாம். இதைக் கூறுவதே ஆபாசம்! கம்பனோ, இதையெல்லாம் கூறி, இன்னின்ன அங்க இலட்சணமுடைய அவளை நீ தேடிக் கண்டுபிடி என்று இராமர் பணிக்கிறார் என்றுரைக்கிறார்.

பரிதாபத்திற்குரிய அந்த அனுமான் பாடு எவ்வளவு திண்டாட்டமாக இருந்திருக்கும்? இந்த இலட்சண விளக்கத்தைச் சகித்துக்கொண்டு கேட்பதே சிரமம்! அத்தோடுவிட்டுவிட்டதா அனுமானுக்கு! இந்த இலட்சணங்கள் பொருந்திய அங்க அடையாளமுடையாளைக் கண்டுபிடி என்று கடவுளின் அவதாரம் கட்டளையிடுகிறதே! கலசம் போன்ற கொங்கையுடையாள், தடங்கடற்கு உவமையுடைய அல்குலையுடையாள் எவள் என்பதை ஆராய்ந்தறிய வேண்டுமே! அதைச் செய்வதெங்ஙனம்? இத்தகைய அனுமத் ஆராய்ச்சிக்கு இசைய எம்மங்கை கிடைக்க முடியும்! குரங்குக்கு கோமளவல்லிகளின் ஆடைக்குள்ளிருக்கும் அங்கங்களைக் கண்டு ஆராய கோதண்டபாணி கூறுவாரா! இதனையேனும் கம்பர் எண்ணிப் பார்த்து எழுதியிருக்க வேண்டாமா? இது மட்டுமா? சீதையின் தனங்கள் இப்படிப்பட்டதா அப்படிப்பட்டதா என்று உவமை தேடி இராமர் கூறுகிறார் ஒரு கவி. கம்பர் தமது முழுக் கவித் திறனையும் இதிலே பொழிகிறார். படியுங்கள் இச்செய்யுளை;

'செப்பென்பன் கலசம் என்பன்
செவ்விள நீரும் தேர்வன்
துப்பொன்று திரள்சூ தென்பன்
சொல்லுவன் தும்பிக் கொம்பை
தப்பின்றிப் பகலின் வந்த
சக்கரவாகம் என்பன்
ஒப்பொன்றும் உலகின் காணேன்
பல நினைத்து உலைவன் இன்னும்.'

"என் மனைவி மகாசுந்தரி! அவளுடைய கொங்கைக்கு உவமை தேடித் தேடிப் பார்க்கிறேன், ஒன்றும் பொருத்தமாக இல்லை. உலகிலே ஒரு பொருளும் இல்லை அவவைகட்கு இணை. என்ன செய்வேன்!" என்று சோகிக்கிறார் இராமன். "செப்புக் கலசமோ!" "செவ்விளநீரோ!" என்று தமது மனைவியின் தனங்கட்கு உவமை தேடுகிறார், தவிக்கிறார். இதனை அனுமானிடம் பணியாளனிடம் பக்தனிடம், பாகவதனிடம், வேதசாத்திர விற்பன்னனிடம் கூறுகிறார்! ஆண்டவனுக்கேற்ற பக்தன்; பக்தனுக்கேற்ற ஆண்டவன்! கவிக்கு ஏற்ற கதை, அக்கதைக்கேற்ற கவி! கலசத்துக்கேற்ற ரசம்; ரசத்துக்கேற்ற கலசம்! கம்பரசம் இவ்விதமிருக்கிறது தோழர்களே! இதைப் பருகுவோர், பரமபதம் போவாராம்.

"அண்டம் பலவும் இங்கே தெரியுதண்ணேன்; ஆதி சேஷனும் கிட்டே தூங்குதண்ணேன்" - என்று பாடும் குடியன்! மதுரச மகிமையால் மண்டபம் பல போகும் போதைக்காரர்போல், கம்பரசத்தைப் பருகினோர், காமலோக வாசிகளாகின்றனர்; களிக்கின்றனர், அதன் பயனாக யார் எக்குற்றத்தைக் கூறிடினும் எமது கம்பனை யாம் விடோம் என்று எக்காளமிடுகின்றனர். அவர்கள் கண்ட இன்பம் யாதோ, யாரறிவார் தோழரே!!

நிலமடந்தையை வருணிப்பதிலே புலவர்கள் தத்தம் திறம் விளங்கச் செய்யுள் இயற்றி மலையையும், மடுவையும் அழகுறச் சித்திரித்து, நம்மோனாருக்கு ஆனந்தமளித்து உள்ளனர். கம்பரோ நிலமடந்தை நிஜமடந்தை என்ற பாகுபாடகற்றி உறுப்புக்களைப் பற்றி உல்லாசமாக, உவகையுடன் தீட்டுவதிலே தன்னிகரற்றவர். பாவையரின் பள்ள மேடுகளைப் படம் பிடித்துக் காட்டும் பாகவத சிரோன்மணி கம்பரன்றி வேறு இல்லை எனலாம்! யாரை படமெடுப்பது எந்தச் சமயத்திலே என்பது பற்றிக்கூட அவருக்குக் கவலை கிடையாது; கண்டால் விடமாட்டார். தமது கவித்திறனைப் பூசி மகிழாமலிரார். அது பிராட்டியோ, அரக்கியோ,

பட்டமகிஷியோ அன்றி ரிஷிபத்தினியோ, யாராக இருப்பினும், பெண் என்றால் போதும், உடனே - உண்மைக் கம்பருக்கு உமிழ்நீர் ஊற்றெடுக்குமோ, உணர்ச்சி ஊறலெடுக்குமோ, யாதோ நானறியேன்! அங்கங்கள் அத்தனையையும், வருணிக்கத் தொடங்குவார். சல்லாப வேளையில் மட்டுமா? இல்லை! இழவு வீட்டு வருணனையிலும் இந்த இலட்சணத்தை அவர் புகுத்தத் தயங்குவதில்லை.

புலவர் சிலர், குறளினருமையுணர்ந்த கம்பர், தனது புண்யகாதையிலே குறளைப் பல இடங்களில் புகுத்தியுள்ளார். தங்கத் தகட்டிலே வைரமணி இழைத்திருப்பதுபோல் என்று கூறிக் களித்து, பிறர் களிப்புறக் கம்ப இராமாயணத்திலே எத்தனை இடங்களில் குறள் இருக்கக் காண்கிறோம் என்று ஆராய்ச்சி செய்து அட்டவணை தயாரிப்பர். அவர்கட்குச் சிறு யோசனை, கம்பருக்குக் குறளிடம் இருந்த மதிப்பு பெரிதா, மங்கையரின் கொங்கை பற்றிய மயக்கம் பெரிதா, என்பதைக் காண கம்பர் தனது செய்யுளிலே எங்கெங்கு எவ்வளவு மகிழ்வுடன் அந்த 'மேட்டினை' வருணித்துள்ளார் என்ற கணக்கெடுத்து கம்பர் கையாண்ட குறளுடன் ஒப்பிட்டுப் பார்க்கத் தமது ஓய்வு நேரத்தைச் செலவிட வேண்டுகிறேன், மலையும் மலைச் சிகரமும் கண்ட புலவரும் அவைதமை வருணித்தோரும் பலர்; ஆனால், அவற்றை மங்கையின் உறுப்புடன் ஒப்பிட்டு உளம் பூரித்தோர் கம்பரன்றி வேறு யார் என்பதும் அன்பர்களின் ஆராய்ச்சிக்குரியது.

டோஸ் நெ. 4

"இனிப்பாகத்தான் இருக்கிறது. ஆனால். உள்ளே போனதும் எமது உள்ளத்தையே குத்துகிறதே கம்பரசம் பரதா, இது என்னப்பா புதிய தொல்லை-கொளுத்தித் தொலையுங்கள். இப்படி மெல்ல மெல்ல சித்திரவதை செய்யும் முறை வேண்டாம் என்று கலையில் அக்கறையும் மக்களின் நிலைமையை மாற்றியமைக்க வேண்டுமென்பதில் அக்கரையுங் கொண்ட நண்பரொருவர் கூறினார் கம்பரசம் பருகிய பிறகு, இதே நிலைதான் எனக்கும் என்பது அவர் அறியார். இலக்கியம், எழுச்சிக்குத் தேவை; ஆனால் பருகிடும் இனத்தையே இளித்தவாயராக்கி, ஏய்த்துப் பிழைக்கும் கூட்டத்தின் பாதந்தாங்கிகளாக்கிடவன்றோ அந்த

இலக்கியம் இதிகாசாதிகள் பயன்படுகின்றன என்பதுதான், எனக்குள்ள மனக்குறை. எனக்கு மட்டுமென்ன, இயற்கையின் அழகையும், இளமங்கையின் எழிலையும் கவிகள் தீட்டிக் காட்டும் போது களிப்புண்டாகாமலா இருக்கும்? நானென்ன சிலையா? சர்வ உணர்ச்சியும் சம்பூரணமாக உள்ளவன்தானே! ஆனால் ரசமான நிலை; இனத்தைக் கொலை செய்கிறதே என்ற வருத்தம் என்னைக் கம்பரசத்தை மேலும் சில தயாரித்து விடச் செய்கிறது. தாங்கக்கூடியவர்கள் மட்டுமே உபயோகிக்கக் கோருகிறேன். காரசாரம் சற்று அதிகம், மூலிகையின் விசேஷத்தால், நமது கலப்பு முறையின் விசேஷத்தாலல்ல!

காமச்சுவையைக் கம்பர் பெரிதும் கண்டறிந்தவர். அவருடைய பாடல்கள் சிலவற்றை நான் பார்க்கும்போது. அவர், ஆற்றோரத்தில் உலவிக்கொண்டு, அரை நிர்வாண மங்கையரைக் கண்டு, ஆனந்த ஊற்று எழ, அதன் துணை கொண்டு இணையில்லா அந்த இக இன்ப இலட்சணத்தைப் படம் பிடித்துக் காட்டுவது போன்ற பாடலாக அமைத்தாரா என்று யோசிக்கச் செய்கிறது. ஆற்றோரமோ, குளத்தங்கரையோ ஜலக் கிரீடைக்காக மாளிகைகளிலே அந்தக்கால மன்னர்கள் கட்டிவைத்த சிங்காரச் சிறு ஓடைகளோ, ஏதோ ஒன்றின் மருங்கே கம்பர் தமது ஓய்வு நேரத்தைக் கழித்திருப்பார் என்பதில் யாருக்கும் சந்தேகம் வேண்டாம்! ஒன்றுமட்டும் சந்தேகம்; அந்த நேரங்களிலே அவருடைய கண்ணைக் கௌவிக் கருத்தைக் குழப்பிய காட்சி அரை நிர்வாணமா, முழு நிர்வாணமா என்பது மட்டுமே சந்தேகிக்க வேண்டிய இடம். அத்தகைய அனுபவசாலியாகவும், சுகியாகவும் கம்பர் இருந்திராவிட்டால் மற்ற எந்தப் புலவரும், எந்த ஓர் மறைவிடத்தைப் பற்றி மறைவாகவே கூறினரோ, அதனையே கம்பரெனும் புலவர் பெருமான் மட்டும், பூரிப்போடு, படம் பிடித்து, கலைநகாசு ஒளிவிட, கடவுள் - திரு அவதாரக் கதையிலே காட்டிட முன் வந்திருக்க முடியாதல்லவா? வறுமைக்கும் கலைவல்லாருக்கும் இருந்துவந்த தோழமை பற்றிய பழம் பாடல்கள் பல உண்டு.

பாலில்லாத தனத்தை பாலன் பற்றி இழுத்துப் பால் வரப்பெறாததால் தாய்முகம் நோக்கி அழ, தாய் என் முகம் நோக்கி அழ, மன்னா! நான் உன் முகம் நோக்கி வந்தேன் - என்று குடும்பத்திலே தரித்திரத் தேள் கொட்டிய சேதியைக் கவி கூறினதாகப் படித்ததுண்டு. கம்பருக்கும் வறுமைக்கும் தொடர்பு அதிகம் இருந்ததில்லை. அவருக்கும் வனிதையருக்கும் இருந்த

தொடர்பு, வரலாறுகளிலே சரிவரத் தெரியவில்லை. ஆனால் அவருடைய வாயூற்று உமிழ்கிற அனுபவங்களைத் திரட்டித் தொகுத்துப் பார்த்தால், ஆஹா அங்க இலட்சணங்களிலே எத்தனை விதம்கொண்ட கெண்டை விழி மாதருடன் இவர் செண்டு விளையாடி கவிதா ரசத்தை மொண்டு உண்டு, தமது நூலிலே விண்டிருக்கிறார் என்பதை ஒருவாறு ஊகிக்கலாம். ஒருவாறுதான், முழுதும் தெரியவந்தால், மூச்சுத்திணறிவிடும் நமக்கு, 'அடா, அடா, அடா, அடா! இப்படிப்பட்ட போகியா இப்புலவர்!' என்று வியந்து கூறிக் கூறி, மூச்சுத் திணறிவிடும். அவ்வளவு தேங்கிக்கிடக்கிறது, அவருடைய கவிதையிலே.

"யாரார் எந்தெந்தக் கோலத்திலே என்னைக் காண விரும்புகிறார்களோ அவர்களுக்கெல்லாம் நான் அவ்வக்கோலத்திலே காட்சி தருவேன்" என்று கீதா வாக்கியமிருக்கிறதாம், பக்தர்களின் கண்களுக்கு, எப்பொருளும் தாம் வணங்கும் ஆண்டவனின் சொரூபமாகவே தோன்றுமென்று, பக்திப் பிரதாபக்காரர்கள் கூறுவர். அதற்கேற்பவே அவர்கள் ஆண்டவனை நங்கையுருவிலிருந்து நாய் உரு வரையிலே சித்தரித்துள்ளார். "நாத்திகா! நாக்கறுப்பேன், ஆண்டவனையா நாய் என்கிறாய்?" என்று என் மீது கோபியாதீர். மெய்யன்பர்களே! மகாவிஷ்ணு மோகினியாக வந்த நங்கை உரு முதற்கொண்டு, பைரவர் நாய் உருவாக வந்தது ஈறாக எல்லாம் ஆண்டவ சொரூபந்தான் என்று ஆத்திக அன்பர்கள் கூறுகின்றனரே அதைச் சொன்னேன். வேறில்லை.

பக்தர்களின் மனோபாவம் இதுவெனில், பாவாணராம், கம்பரின் மனோபாவமோ, எந்தப் பொருளைக் கண்டாலும் எந்தக் காட்சியைக் கண்டாலும், குன்றாக இருக்கட்டும், குருத்தாக இருக்கட்டும், இந்திரகோபப் பூச்சியாக இருக்கட்டும். எந்த இயற்கைக் காட்சியாகவேனும் இருக்கட்டும், அத்துணையும் மாதரின் அங்கங்களையே நினைவூட்டும் நிலைபெறுகிறார். ஏன் என்று என்னைக் கேட்டுப் பயனில்லை. அவரோ இங்கில்லை. ஆனால் யோசிக்க உங்களுக்கு நேரமிருக்கிறது; யோசித்துப் பாருங்கள். எப்பொருளும் எம்பிரானாகவே தோன்றுவது பக்தி என்றால், எந்தப் பொருளும் மாதரின் அங்கங்களையே நினைவிற்கொண்டுவரும் நிலைமை இருக்கிறதே, அது என்ன? காமம், பெண்பித்து, மோகப் பிரியம், மையல், விரகபோதை என்ற பல உண்டு; எது பொருத்தமோ, அதைத் தேர்ந்தெடுங்கள், தோழர்களே!

மலையைக் கண்டதும் கவிக்கு மாதரின் கொங்கை தானா கவனத்துக்கு வர வேண்டும்! மலைச்சிகரம் அந்தக் கொங்கையின் காம்பு பற்றிய சிந்தனையையும், மலைத்துளி மலைச் சிகரத்திலே காணக்கிடப்பது, தனத்தின் காம்பினின்றும் வெளிப்படும் வியர்வையுந்தானா கவிதா விற்பன்னருக்கு நினைவில் முந்திக்கொண்டு உந்த வேண்டும்? விந்தையல்லவா இது? இத்தகைய நினைப்பை, "படித்தாலும், படிக்க பக்கநின்று கேட்டாலும் முக்தி தரும் புண்ய கதையிலா" இணைத்துத் தருவது? யோகிக்குக் குரு, போகியா! சரச சஞ்சாரம் - சல்லாப மஞ்சரி - அங்க இலட்சணம் - என்ற ஏதேனும் ஓர் நூல் எழுதி அதிலே கம்பரசம் ததும்பும்படி செய்திருந்தாலும் குற்றமில்லை. கடவுள் திரு அவதாரக் கதையைக் கூறப்போந்த கல்வியிற் பெரிய கம்பரா, இதனைச் செய்வது! கல்வியிற் பெரியவரா, கலவியில் பிரியரா என்ற கஷ்டமான பிரச்சினையையல்லவா, கலாரசிகர் கள் தீர்த்து வைக்கவேண்டி நேரிடும், நான் தயாரித்தனுப்பும் கம்பரசத்தைக் கண்டால்.

"போ! போ! பரதா நீ கூறியதுபோல கம்பர் எங்கே சொன்னார்?" என்று கேட்கிறீர்களா? 'பரவை அல்குல் ஒளிபுறத்தளிப்ப' என்ற பாடலை நான் படலம் பக்கம், பாவின் எண், வரி எண் உட்பட எடுத்துக் காட்டியும், உங்கட்கு என் மொழியில் சந்தேகம் இருக்கிறதென்றால், அதற்குக் காரணம் என் உண்மை, உங்களிடை ஊட்டிய சஞ்சலமே தவிர வேறாக இருக்க முடியாது! வெறும் வர்ணனைகளுக்கு மட்டுமல்ல, ஆதாரம் காட்டப்போவது! திரைமறைவிலே நடைபெறும் நிகழ்ச்சிகளைக்கூட, தேனொழுகும் கவி தந்த திவ்ய புருஷர் தீட்டியிருக்கிறார்; அந்தப் பாடல்களையுங்கூடத்தானய்யா, அம்பலத்துக்கு அழைத்து வரப்போகிறேன். பல பல பத்திரிகைக்காரர்கள், தீட்டிக்கொண்டு வருகிறார்களல்லவா, கம்பர் கவி இன்பம், கம்ப சித்திரம், கம்பர் தரும் காட்சி என்ற பல்வேறு தலைப்புகளுடன்? அவர்கள் யாவரும் மூடிபோட்டு வைத்திருக்கும் பாடல்களை முச்சந்திக்குக் கொண்டுவந்து நிறுத்துகிறேன். பிறகு கூறுங்கள் கம்பனின் கலையிலே, இனக்கொலையுடன், இடக்கரடக்கலும் மறைதிறை என்னும் முறையும் அனாவசியமாக, ஈவிரக்கமின்றிக், கூச்சமின்றிச் சித்திரவதை செய்யப்பட்டிருக்கிறதா, இல்லையா என்று.

இராமர் அவதார புருஷர்; ஆகவேதான் அவர் காதையை நான் எழுதுகிறேன் என்று பாயிரத்திலே பாவாணர் பகர்கிறார். அத்தகைய சத்புருஷர் மட்டுமல்ல, தேவ புருஷர், எவ்விதமான

நினைப்பு நடவடிக்கை கொண்டவராக இருந்தார் என்பதைக் கவி, எவ்விதத்திலே தீட்டிக் காட்டுகிறாரோ, அதற்கேற்ற வண்ணமே, மக்களின் மனம் மாசு அடைவதோ, தூய்மை பெறுவதோ, இருக்க முடியும். உப்பிலாப் பண்டமும், உப்பே அளவுக்கு மீறிக் கொட்டப்பட்ட பண்டமும் இரண்டும் குப்பைக்கேதான்! மனமயக்கம் போக்கும் மருந்து, பிறவிப் பிணி போக்கும் மருந்து, புண்யலோகம் புக அனுமதிச் சீட்டு என்றெல்லாம் இராமகாதையைப் பெருமையாகக் கூறுகின்றனர். அத்தகைய உயரிய சத்கதையிலே வரும் உத்தம புத்திரரின் உரையாடல் வெளிப்படுத்துகின்ற காம உணர்ச்சியும், அவருடைய கடவுள் தன்மையையா காட்டுகிறது என்று கேட்கிறேன்? என்ன விதமான உணர்ச்சி உண்டாகும் ராமரின் வாயுரைகளை கம்பர் தீட்டியுள்ளபடி பார்த்தால் என்பதை யோசியுங்கள்!

கானகம் புகுந்த காகுத்தன், தன் காதற் கிழத்திக்குக் காட்டுக் காட்சிகளைக் காட்டுகிறார்; கீதம் பயிலும் குயிலையும், நடனமாடும் மயிலையும், கிளை தாவும் குரங்கினையும், தாவிடும் மானையும் சீதைக்குக் காட்டுகிறார் அம்மையின் சித்தம் களிக்க. மெத்தச் சரி, ஆனால், அந்தச் சமயத்திலே ஐயன் அன்பின் மிகுதியால், அம்மையை 'ஆருயிரே! அயோத்தி இழந்த அமிர்தமே! அஞ்சுகமே! வைதேஹி! மிதிலேமணி! ஜானகி! இராமப்பிரியை!" என்று பலப்பல கூறி மகிழ்ந்திருக்கலாம்; அன்பர்ச்சனை செய்திருக்கலாம். அவ்விதமாகக் கவி எழுதியிருந்தால், பொருத்தமாகவும், கச்சிதமாகவும், தூய்மையைத் தருவதாகவும் இருக்கும் ஆனால் சீதைக்குக் காட்டுவளம் காட்டுகையில், இராமர் தேவியை வர்ணிப்பதாகக் கவி அமைத்திருக்கும் செய்யுட்களைப் பார்த்தால், இராமர் சொல்லப் போந்த விஷயம் காட்டு வளம்பற்றியல்ல. தன் காதலியின் கொங்கையைப் பற்றிய வர்ணனையைக் கூறுவதிலேயே அவர் மும்முரமாக ஈடுபட்டிருக்கிறார் என்பது விளங்கும்.

மதுரமான மொழி பேசி மனையாட்டியின் மனதை ரம்மியப்படுத்த எண்ணும் மனோவசியத் தந்திரந் தெரிந்த மணாளன் கூட மாதே! உன் முகம் செந்தாமரை! உன் பற்கள் முத்து! உன் அதரம் பவளம்! உன் விழி, வேல் என்று குழைந்து, கொஞ்சிடுவானே தவிர, அந்த மங்கை நல்லாளின் கொங்கையை விதவிதமாக வர்ணித்துக் கூறிக் கொண்டிருக்க மாட்டான். இயற்கைக்கே விரோதமானது, அக்காட்சியும் கருத்தும். ஆனால் கம்ப இராமாயணம், அயோத்தியா காண்டம் சித்திரக்கூட

படலத்தைச் சிரமம் பாராது பாருங்கள், ஸ்ரீராமனின் வர்ணனை விளங்கும்.

வடங்கொள் பூண்முலை மடமயிலே! என்று விவரிக்கிறார் ஜானகியை! வடம்கொள்பூண் - ஆரமாகிய அணிகலனையணிந்த, முலை - தனங்களை உடைய, மடமயிலே - மயில் போன்றவளே, என்பது பொருள். இங்ஙனம், கணவன் தன் மேலிடத்தை வர்ணிக்கக் கேட்ட அந்த மங்கை எவ்வளவு வெட்கினளோ, நானறியேன். இந்த தெய்வத் திருக்காதையைப் பாராயணம் செய்யும் பரமாத்மாக்கள் தொண்டையைக் கனைத்துக்கொண்டு, கண்களிலே ஒளிவீச, எப்பக்கத்திலே ஆதரவற்ற அணங்கு அமர்ந்திருக்கிறாளோ, அப்பக்கம் நோக்கி, ஜானகியைப் பார்த்து எம்பெருமான் கூறுகிறார்; "வைதேஹீ! ஜானகி! சீதா! பிரியே! உன்னை நான் எங்ஙனம் வர்ணிப்பேன்! வடங்கொள் பூண்முலை மடமயிலே" - அழகிய ஆபரணங்கள் புறளுகிற தனங்களை உடையவளே, என்று தசரதத் திருக்குமாரன் கூறினான் என்று அழகுறக் கூறுவர்.

அதுசமயம், அர்த்த ராத்திரி, அரைத்தூக்கம், மேலாடை ஒத்துழையாமை பிறக்கும் வேளை, அந்த நேரத்திலே இராமாயணப் பிரசங்கியார், காணும் காட்சி இராமனுக்குச் சித்திரகூட பருவத்திலே தோன்றியதைவிடக் கவர்ச்சியூட்டும்! இதற்குப் பயன்படவே இப்பாடல். பகவத் நாமாவளிக்கோ, பக்திப் பிரவாகத்திற்கோ அல்ல! எங்கிருந்து பக்திப் பிறக்கும் பூண்முலைப்பற்றி பகவான் தமது பட்ட மகிஷியிடம் பேசும் பாடலைப் படித்தால் கேட்டால்? பரிதாபமான நிலைதான். பாபம் பார்த்தாவின் இந்த மோக மயக்கமொழி கேட்கும் ஜானகிக்கு! விட்டாரா, அத்தோடு இராமர்! ஒருமுறை வர்ணித்து ஓய்ந்தாரா? ஆபரணங்கள் அணிந்த அழகிய தனங்களை உடையவளே என்று கூறியதோடு திருப்தி கொண்டாரா? தேவத் திருக்குமரன் திருப்தி கொண்டாரோ இல்லையோ, கம்பருக்கு இவ்வளவு சுருக்கமாகப் பெண்ணை வர்ணித்துவிட்டுத் திருப்திபெற முடியாது. எனவே இராமரை மேலும் மேலும் அந்த மேலிடத்தைப் பற்றிக் குழைந்து மொழிந்திட வைக்கிறார்.

இழைந்த நூலினை மணிக்குடஞ்
சுமக்கின்ற தென்னக்
குழைந்த நுண்ணிடைக் குவியிளா
வனமுலைக் கொம்பே!

என்று கூறிக் குதூகலிக்கிறார் கோசலைச் செல்வன். "பூங்கொம்பு போன்றவளே. உன்னுடைய கொங்கைகள் மணிக்குடங்களை போன்றுள்ளன. அவைகளைத் தாங்க மாட்டாது வளையும் கொடிபோல் உன் இடை உளது" என்ற கருத்தெழக் கணவன் கூறியது கேட்ட காரிகை, வெட்கித் தலைகுனிந்து, "போதும் நாதா! உமக்கு இந்த அர்ச்சனை தவிர வேறு வேலையே இல்லையா? எனக்கு கேட்கவே வெட்கமாக இருக்கிறதே, உமக்குச் சொல்லக் கூச்சமாக இல்லையா?" என்று கூறித் தடுக்கிறாளா? இல்லை. பர்த்தாவின் மொழியைப் பத்தினி தடுப்பதா? அதிலும் தனது அங்கத்தைத் தங்கு தடையின்றி அவர் வர்ணிக்கும் போது. நெடுநாள் மனமின்றி மிதிலையில் கிடந்த அம்மை ஏன் தடுக்கப்போகிறாள்? ஆனால் நான் கேட்பதும் இந்த விசித்திர ஜோடி இதுபோல் அங்க விளக்கமாற்றிக் கொண்டிருக்கும் படலம் ஆண்டவனைப் பற்றிய கதையிலா இருப்பது, என்பதுதான். எதற்கு எழுந்தது காதை? பூங்கொம்பில் மணிக்குடம்போல், பூவையருக்கு கொங்கைகள் என்ற சரச விளக்கத்துக்காக; பாவம் நீங்கிப் பரமபதம் தர பகவத் திரு அவதார மேன்மையினை உணர்த்தவா? சமஸ்தானாதிபதிகளின் கோலாகலத்தைப் பற்றிய கதை எழுதியிருந்தால், இதுவும் இதற்கு மேலான வர்ணனையும் கூறலாம்; நான் கேட்கிறேன், அதர்மத்தை வீழ்த்தி தர்மத்தைத் தழைக்கச் செய்ய அவரித்த ஆண்டவனின் வரலாற்றிலா இந்த வர்ணனை இருப்பது என்றுதான்! ஆரியத் தோழர்கள் அகங்குழைந்து கூறுவரே. அரியக்குடி இராமானுஜம் ஐயங்காரின் சங்கீத விற்பன்னத்தை அதே அரியக்குடியே கூட, இழவு வீட்டிலே போய், எதுகுல காம்போதி பாடினால், என்ன கிடைக்கும் தோழர்களே? பரிசா? அதுபோல மணவிழா மகிழ்ச்சியின்போது தேசிகரின் தீந்தமிழிசை நடைபெறும் சமயத்திலே, அறுந்த தாலியை எண்ணிக்கொண்டு ஒரு அம்மாமி அழ ஆரம்பித்தால், கூடி அழுவார்களா அம்மாமியுடன்? கோல் கொண்டன்றோ தாக்குவர் அவளை! நிலைமைக்கேற்ற நிகழ்ச்சி இருக்க வேண்டும். அதுபோலவே கடவுட் கொள்கைக்கு எனக் கூறப்படும் காதையிலே தேவாரம் இருக்கலாம். பக்திரசம் சொட்டலாம், தேவ இரகசியங்கள் மிளிரலாம், இதையெல்லாம்விட்டு, காமரசத்தைக் கொட்டுவது முறையா என்று கேட்கிறேன். பதம் பிரித்துப் பாருங்கள் அந்த அடியினை - உங்களுக்கு - பஞ்சேந்திரியங்கள் கெட்டிடா திருக்கும் எவர்க்கும் பகவானிடம் நெஞ்சு போகிறதா, மாதரின் போகத்தைப் பற்றிய நினைப்பு வருகிறதா, என்று பார்ப்போம்.

இழைந்த நூல்-ஓரிழையாயிருக்கின்ற நூலானது, இணை மணிகுடம் சுமக்கின்றது என்ன - இரண்டு கும்பங்களைச் சுமக்கின்றதென்று சொல்லுமாறு; குழைந்த நுண் இடை - தளரும் இயல்புடைய மெல்லிய இடையிலே, குவி இள வன முலை - குவிந்துள்ள இளமையான அழகிய தனங்களைக் கொண்டுள்ள, கொம்பே - பூங்கொம்பு போன்றவளே!

இதுதான் பதவுரை, நாதன் நாயகிக்கு உரைப்பது நாம் படித்துப் பக்தி மார்க்கம் தேடிடப் பண்பாடு உணர்ந்து பாவாணர் தந்தது. இதிலிருந்து குவிந்திருந்தால் மட்டும் போதாது, இளமையானதாகவும் இருக்க வேண்டும். இவ்விரண்டு இயல்பு இருந்தாலும் போதாது. அழகாகவும் தனங்கள் இருக்க வேண்டும்; காமக் கனிரசக் கலச இலக்கணத்தைக் கற்றுக்கொள்ளவும், கற்றவர் பரிட்சிக்கவும், அந்த வாய்ப்பு பெறாதார் படித்துவிட்டு அக்கம்பக்கம் பார்த்துவிட்டுப் பெருமூச்செறியவும், பாடம் கிடைக்குமேயன்றிப் பக்தி போதனையா கிடைக்கும் என்று கேட்கிறேன். எவ்வளவு போகியா இருந்தால், குவி இளமுலை என்று வர்ணிக்க முடியும்! கைகூப்பித் தொழ வேண்டிய அம்மைக்கே குவி இளமுலை இருக்க வேண்டுமென்று கம்பநாட்டாழ்வார் கருதினார் என்றால், கட்டித் தழுவிட வேண்டிய காரிகைக்கு எவ்வண்ணம் இருக்க வேண்டுமென்று எண்ணுவாரோ, என்னால் சிந்திக்கவே முடியவில்லை தோழர்களே!

“குவி இள வன முலை என்று கூறினோமே தவிர, அது எப்படியிருந்தால் அழகும் இளமையுந் தோன்றும் விதமாகத் தெரியும் என்று கூறாது விடுத்தனமே! ஆஹா! ரசிகர்கள், எவ்வளவு கவலைப்படுவரோ” என்று கருதிப்போலும் கம்பர் வேறோர் பாடலிலே, இராமர் வாய் மூலமாகவே, மேலிட வர்ணனையை மேலும் சற்று விளக்கமாகச் சாற்றுகிறார். கேளுங்கள் அந்தத் திருவாய் மொழியையும், சீதையை நோக்கி இராமன் கூறுகிறார்.

“செம்பொனாற் செய்துகுலிக
மிட்டெழுதிய செப்போ
கொம்பர் தாங்கியதெனப்
பெரலிவன முலைக்கொடியே!”

நிறம், உரு, அமைப்பு முறை எனும் மூன்றுக்கும் விளக்கம் உரைக்கிறார் பாருங்கள். தங்கம்போல தகதகவென்றும், நிறத்திலே! சிமிழ்போல குவிந்திருக்கும் உருவத்திலே! கொம்பில் தொங்கும்

கனிபோன்றிருக்கும், அமைப்பு முறை! இத்துடன், தொய்யில் எழுதப்பட்டிருக்கும் - இவ்வளவு இலட்சணம் இருப்பதால் அந்தத் தனங்கள் அழகாக இருப்பதாக இருக்கும் கருத்து இது! இந்தப் பாடலை விரித்து விளக்கத் தேவையில்லை. நடை கடினமுமல்ல; உரை தெரியக் கஷ்டமிராது, பதப்பொருள் பாருமின்! பின்னர், கூறுமின், பாற்கடலிற் பள்ளிகொண்ட பரந்தாமன் அவதரித்தது துஷ்ட நிக்ரஹத்துக்காகவா. தோகையரின் தனத்துக்குச் சரியான இலக்கணமுரைக்கவா என்பதனை, குவி இளமுலை என்று கூறியது போதாதென்று, சிறந்த பொன்னினாற் செய்யப்பட்டு இங்குலிகத்தைக்கொண்டு தொய்யிலெழுதப்பட்ட, சிமிழ் வடிவுள்ள தனங்களை, என்ற பொருள்பட இராமரைக் கூறச் செய்கிறார் கம்பர். வனவாசம் செய்யவேண்டுமென்று உத்திரவு பிறந்ததைவிடக் கொடுமையானதல்லவா, மனைவியின் மேலிடத்தை உள்ளது உள்ளபடி விபரமாக, விளக்கிக் கூறு என்று இராமருக்குக் கம்பர் கட்டளையிடும் கட்டம்?

டோஸ் நெ. 5

சித்திரக்கூட பருவத்திலேயே, இங்ஙனம் சீதையின் மேலிடத்தைச் சிரமங்கருதாது, சிரத்தையுடன் வர்ணிக்கும்படியான அளவு, அவருக்கு அம்மையின் அந்த அங்கங்களிடம் ‘மோசு’ இருந்தது என்பதற்குப் பிறிதோரிடத்திலே கம்பனின் கவி சான்று தருகிறது. சித்திரக்கூடத்துப் பேச்சு இராமரின் மொழி வண்ணத்தைக் காட்டுவதுபோல, நான் குறிப்பிடப்போகும் மற்றோர் பாடல், அவருடைய விழி வண்ணத்தை விளக்கும் விதத்தது. சித்திரக்கூடச் செய்யுட்களைப் படித்தபிறகு “சீச்சீ! இப்படி எல்லாமா ஒரு கணவன் தன் மனைவியை அர்ச்சித்திடுவான். அதிலும் கடவுள் அவதாரமெடுத்தது இத்தகைய ஆபாச வர்ணனைகளுக்காகவா,” என்று சிந்திப்பீர்கள். நான் கூறப்போகும் மற்றோர் பாடலைப் படித்ததும், “அடடே சொல் மட்டுமல்ல, செயலும் மோசமாகத்தான் இருக்கிறது” என்று கூறித்தீரவேண்டி நேரிடும். இந்த விழி வண்ணம், இராமருடைய கைவண்ணத்தால் தாடகை மாண்டதையும், கால் வண்ணத்தால் அகலியை மீண்டதையும் விசுவாமித்திரர் கண்டு வியந்தாராமே. அதற்குப் பிறகு நேரிட்டது;

புலவர் பெருமக்கள் பூரிப்போடு கூறுவர் இராமரும் சீதையும் ஒருவரை ஒருவர் சந்தித்த காட்சியைக் கம்பர் வருணித்துள்ள

வகையினை; குறள் அதிலே வைத்து இழைக்கப்பட்டிருப்பதைக் கூறி மகிழ்விப்பர். கண்ணோடு கண் கலந்த நேர்த்திதான் என்னே, என்னே, என்று கூறி வியப்பர். ஆம்! கண்ணைக் கண் கவ்விற்று என்று கனிவுடன் கூறுவர், உண்மைதான்! ஆனால் இராமரின் கண் செய்த மற்றோர் செயலைமட்டும் அவர்கள் கூறுவதில்லை. கூறினால் கண் வண்ணம் வெளியாகிவிடுமே என்று கவலை கலாரசிகர்களுக்கு; பகவானின் செயல் மைனரின் செயல்போலவன்றோ தோன்றிவிடும் என்ற பீதி பக்தர்களுக்கு, எனவே இரு சாராருமே அந்தச் சம்பவத்தைத் தீட்டுகையில் கண்ணைக் கண் சந்தித்ததை மட்டுமே கூறுவர்.

அவர்கள் கூறிக்களிக்கும் கவிதையும், கூறாது மறைத்திடும் கவியும் பாலகாண்டத்திலே, மிதிலைக் காட்சிப் படலத்திலே இருப்பவை; 35ஆம் பாடல் அவர்கள் முறுவலுடன் கூறுவது; மூடிபோட்டு விடுவது 36வது செய்யுளை முன்னையதிலே அவர்கள், பதப்பொருள், பொதுப்பொருள் எனப் பலப் பலவிதமாகக் கூறிடும் அடிகள்.

"கண்ணொடு கண்ணினை
கவ்வி யொன்றையொன்
றுண்ணவு நிலைபெறா
துணர்வு மொன்றிட
அண்ணலு நோக்கினா
னவளு நோக்கினாள்"

இராமனின் கண் சீதையின் கண்ணைக் கவ்விற்றாம்; சீதையின் கண் இராமரின் கண்ணைக் கவ்விற்றாம்; இருவருக்கும் ஏக காலத்தில் ஒரேவிதமான இன்பம் உண்டானதால், இருவர் உணர்வும் நிலை பெயர்ந்து ஒன்றாகிவிட்டது. ஐயனும் நோக்கினான்; அம்மையும் நோக்கினாள்; இது அவ்வடிகளின் பொருள். இத்துடன் தீரவில்லை காட்சி, 36ஆம் பாடல் இராமரின் விழி சீதையின் விழியைக் கவ்வியதோடு நிற்காது, வேறு வேலையிலே ஈடுபட்டதைக் காட்டுகிறது. என்ன வேலை? வீதி திரியும் காளைக்குத் தரும் வேலைதான்! வேந்தனின் மகனானாலும் விஷ்ணுவின் அவதாரமானாலும், கண்ணனின் காரியமென்னவோ அவருடைய நிலைமை அந்தஸ்துக்கு ஏற்றதாக இருக்கவில்லை. படியுங்கள் இப்பாடலை.

"நோக்கிய நோக்கெனு
    நுதிகொள்வேலிணை
யாக்கிய மதுகை
    யான்றோளினாழ்ந்தன
வீக்கிய கணைகழல்
    வீரன் செங்கணுந்
தாக்கணங்கனைய
    வடனத்திற்றைத்தவே,"

நோக்கிய நோக்கு எனும் பிராட்டி பார்த்த பார்வையென்கின்ற; நுதிகொள்வேல் இணை - கூர்மையைக் கொண்ட வேலாயுதங்கள்; ஆக்கிய மதுகையான் - வளர்ந்த வலிமையையுடைய இராமனது; தோளின் ஆழ்ந்தன-புயங்களிலே அழுந்தின.

இது சீதையின் செயல்! தன்னைக் கண்டும் காணச் செய்தும் களிப்பூட்டிய காவலரின் தோள்மீது, அத்தோகையாளின் கண்கள் பாய்ந்து தங்கின. இராமனுடைய கண்கள் என்ன செய்தன! சீதையின் செந்தாமரை முகத்திலே மொய்த்தனவா? இல்லை! பாருங்கள் பாடலின் மற்ற இரு அடிகளை,

வீக்கிய கணைகழல் வீரன் - கட்டப்பட்டு ஒலிக்கின்ற வீரக் கழலையுடைய வீரனான இராமனின்; செங்கணும் - சிவந்த கண்களும்; தாக்கு அணங்கு அனையவள் தனத்தில் - மோகினி என்னும் பெண் தெய்வத்தை நிகர் பிராட்டியுனுடைய கொங்கைகளிலே; தைத்த - தைத்தன; பாய்ந்து சென்று தாக்கின.

எப்படி இருக்கிறது அண்ணலின் கண் வண்ணம்! இனி, காளைகட்குக் கவலை ஏன்? கடவுளுக்கே கன்னியைக் கண்டதும் கண்கள் தனத்தில் தைத்திடுமாமே! இந்திரியங்களெனும் துட்டத் தோழர்களால் ஆட்டுவிக்கப்படுகிற சாமான்யர்களின் நிலைமை எப்படி இருந்தால் தானென்ன! மன்னனே இந்நிலையில் இருந்ததால்தான்போலும், அயோத்தியின் மதுகை மைந்தர்கள் மாதரின் மறைவிடம் தெரியுமா, தெரிசனம் கிடைக்குமா என்று தவித்துக்கிடந்ததாகக் கவி கூறியிருக்கிறார். மன்னனுக்கு ஏற்ற மக்கள், மக்களுக்கு ஏற்ற மன்னன்! கடவுள் ரசம் கடுகத்தனையும் காண இயலாத இக்காம ரசத்தைத்தான் கலாரசிகர்கள் விடமாட்டோம் என்று கூறுகின்றனர்.

கிடக்கட்டும்; ஐயன் மேலிடத்தோடாவது விட்டாரா! மீண்டும் சற்று நேரம், மிதிலையைவிட்டுச் சித்திரக்கூடம்

செல்வோம் வாரீர், செம்பொன்னாலான சிமிழ் போன்ற கொங்கை என்ற வர்ணனையுடன் இராமன் திருப்தி பெறாமல் சீதையின் எதிரில் சீதையின் மறைவிடத்தின் மாண்பினை, அளவு அமைப்பு, அழகு முதலியவற்றை வர்ணிக்கிறார். என்மேல் கோபியாதீர்! கம்பதாசர்களே! நானென்ன செய்வேன் ஏட்டில் உள்ளதை நாட்டவருக்கு எடுத்துக்கூறுகிறேன். நீங்கள்தானே கம்ப இராமாயணத்தைக் கல்லாத கசடரா அதுபற்றிக் கருத்துரை கூறுவது என்று கனல் கக்கினீர். இதோ, கம்ப இராமாயணத்திலே கற்றதைச் சாற்றுகிறேன், விழியில் புனல் சோர நில்லாதீர்;

"ஆசைக்கினியவளே! ஆரணங்கே! பச்சைக்கிளியே! பசும்பொற் பதுமையே! என்ற சாதாரண மொழிகளைக் கேட்டிருப்பீர்கள், மனையாளின் மார்பக மாண்பினைக் கணவன் கூறக் கேட்டிருக்க மாட்டீர்கள். மனையாளின் மறைவிடத்தைப் பற்றி ஓர் மணாளன் மொழிந்திடக் கூடுமென்று எண்ணுவதே இழுக்கு என்று கூறுவீர்; உண்மைதான், இந்த உலகிலே, மத போதனைக்காக என்று மக்கள் கொண்டாடும் எந்தக் காவியத்திலும் காண முடியாததைக் கம்பரசத்தில் காணலாம், அயோத்தியா காண்டம், சித்திரக்கூடப் படலம் 31வது செய்யுள் முதல் அடியைச் சற்றே பாருங்கள். வனத்தின் வசீகரக் காட்சிகளைப் பிராட்டிக்குப் பெருமான் காட்டிவரும்போது மங்கையின் மனமகிழ மலருகிறார், அங்க வர்ணனையை. அது இது;

பாந்தடேரிவை பழபடப்
பரந்த பேர் அல்குல்

ஜானகிக்குத்தான்! கணவன் தரும் நற்சான்று! மிதிலை அரசிளங்குமரி அயோத்தி இளவலின் அன்பு மனைவியின் அல்குலின் அளவு, அமைப்பு பற்றி அரியின் அவதாரம் கூறுகிறாராம்!

பாந்தள் - பாம்பின் படமும், தேர் - தேர்தட்டும் இவை - (ஆகிய) இவைகள், பழிபட - உவமையாகாததால், பழிப்புடைய பரந்த - பரவிய அகலமான; பேர் அல்குல்-பெரிய அல்குலை உடையவளே! பாபம்! இந்த வர்ணனையைக் கேட்ட ஜானகி, எவ்வளவு வேதனைப்பட்டார்களோ நானறியேன். கணவன் மனைவியிடம் பேசும் மொழிதானா இது? இதுதான் கலையா? இதுதான் பக்தி ரசமா? பாந்தள், தேர்த்தட்டு எனும் இவைகளும் தோற்கும்படியான பரவைப்பேர் அல்குல் பற்றிய பாடல் இல்லாவிட்டால் பகவானின் அவதார மகிமையைப் பக்தர்கள்

ரசித்திட முடியாது என்றா கவி இதனை இவ்வளவு கவலையுடன் தீட்டினார் என்று கேட்கிறேன். இவ்விதமான கம்பரசத்தைப் பருகிக் களிப்பதா, கலைவாணரின் கடன்? எனக்குக் குமட்டுகிறது தோழர்களே உங்களுக்கு எப்படியோ?

டோஸ் நெ. 6

"அண்ணனும் தொலைஞ்சானா"

"ஏன் இப்படி அடிச்சு விரட்டணும், இப்போ வருத்தப் படணும்னேன்"

"தம்பி பெண்ஜாதின்னு கொஞ்சமும் பாக்காமே கையைப் பிடித்து இழுத்தானே!"

"இது சகஜம், எங்கும் சகஜம்"

"ஏண்டி! சகஜமா? தம்பி பெண்ஜாதியைக் கையைப் பிடிச்சு இழுக்கிறது சகஜம்! சீ மூதேவி! என்ன இருந்தாலுமே இந்தப் புத்தி ஆகுமா?"

நான் விளக்க வேண்டுமா? தமிழகம் முழுவதும் கேட்டுக் கேட்டுக் களித்துள்ள இவ்வுரையாடல் யார் யாருக்கு நடந்தது என்பதை! நகைச்சுவை மன்னர் என்.எஸ். கிருஷ்ணனும் நகைச்சுவை நளினி டி.ஏ. மதுரமும் திருநீலகண்டரில் நடத்திய காமிக்கிலே ஒரு துண்டு, நான் மேலே காட்டியிருப்பது! காமாந்தக்காரன் ஒருவன், தம்பி மனைவியைத் தகாத செயலுக்கு இழுக்க, அடாது செய்தோனை வீட்டைவிட்டுத் தம்பி துரத்திவிட்டு இப்படிப்பட்ட அக்கிரமம் செய்தானே தமது அண்ணன் என்று ஆயாசப்படும்போது அந்த அம்மை இது சகஜம் என்று சொன்னால்; ஏன் கோபம் வராது? சீ! மூதேவி, என்று நகைமுகவதியைக் கூடத் திட்டத்தான் செய்யும். அதுபோல சில புலவர்கள், கம்பன் காமக்கள்ளொழுக்கக் கடவுட் கதையை இயற்றியிருப்பது கலையாகுமா என்று நான் இடித்து இடித்துக் கேட்பதால் நொந்து, இது சகஜம் என்று வாதிடுகின்றனர். கவிகள்

வர்ணனைகளில் பிரியங்கொண்டவர்கள், ஆகவே இப்படி வர்ணனை செய்கிறார்கள் என்று காரணம் கூறுகின்றனர். இது வாதமாகுமா? தோழியர் டி.ஏ. மதுரம் தமது காமிக்கிலே, இது

சகஜம் என்று கூறினதற்காவது ஒரு காரணங்காட்டினார்கள். பெண்ணோடு ஆணே பேசிடில் தனியே பேத புத்தியாகுமே என்று சொன்னார்கள். அதைப்போலாவது ஒரு வாதம் - ஒரு சமாதானம் ஒரு காரணம் நமது புலவர்கள் கூறலாகாதா கம்பரின் காமக் கள் இப்படி வழிந்தோடுவதற்கு? காரணமும் கூறாது கண்மூடி மௌனியாவோம் என்று தந்திரமாகவும் இருந்து விடாது செகவீர பாண்டியராக இருக்கிறோம்.

நாம் செப்புகிறோம் செந்தமிழின் சுவை கம்பனின் கவிதையில் சொட்டுகிறது என்று பேசுகிறார்கள். ஆபாச வர்ணனைகள் ஆகுமா? அதுவும் ஆண்டவனைப் பற்றிய பரமார்த்திக போதனைக்குரிய, புண்ய சரிதமென்று கூறப்படுவதிலே இத்துணை காமக்காடி இருத்தலாகுமா என்று நான் கேட்டால், இது சகஜம், என்று அந்தப் புலவர்கள் பதில் கூறுகிறார்கள். எனக்குத் தோழர் என். எஸ். கிருஷ்ணன் சொன்னதைப்போல், "சீ! மூதேவி, இது சகஜமா! என்ன இருந்தாலுமே, இந்தப் புத்தி ஆகுமோ?" என்று சொல்ல மனம் இடந்தரவில்லை, நான் போற்றும் தமிழுக்கு அப்புலவர்கள் பாதுகாவலராக உள்ளனரே என்ற காரணத்தாலும். அவர்களிடம் எனக்குள்ள அன்பின் காரணத்தாலும், இது சகஜம் என்ற சமாதானத்தை எதற்கும் கூறுவது என்று ஆரம்பித்தால், இந்தப் பிரபஞ்சத்திலே எல்லாவிதமான அக்கிரமங்களும், ஆபாசங்களும், அநீதிகளும் தாராளமாகத் தாண்டவமாடலாம்; நீதி, சட்டம், வழக்கு மன்றம், அரச அவை, ஒழுக்கம் முதலியவற்றினுக்கும் ஓய்வு வந்துவிடலாம்.

பெண்ணோடு ஆணே பேசிடின் தனியே பேத புத்தியாகுமே - என்று சொன்னதாவது ஓரளவுக்குப் பொருத்தமாக இருக்கும்! கம்பருக்கு பேத புத்தி, பெண் என்ற நினைப்பு வந்தாலே போதும் பரிபூரணமாக உண்டாகிவிடுகிறது. பெண் என்ற நினைப்பே அவருக்கு வராமலிருப்பது துர்லபம். ஆகவே பேத புத்தி பரிபூரணமாக நிரம்பியிருக்கும் நிர்மல சொரூபியாகக் காட்சி அளிக்கிறார், கம்பநாட்டாழ்வார். அவருடைய திருவாக்கே பாராயணம் என்று கூறுவோரிடத்து, எனக்குக் கோபமில்லை, பரிதாபந்தான். அபின் தின்று பழகிவிட்டவனுக்கு அது கிடைக்காதபோது, அங்க முழுவதும் வேதனை உண்டாகுமாம்; ஆளே இறந்துவிடுவானாம். அதுபோலக் கம்பரசத்தைப் பருகிப் பருகி காலங்கழித்த கன்னியர்களுக்கு, அது கிடைக்காத நிலைமையை உண்டாக்கிவிட்டால் ஆவி சோரும்போலும்! அந்தோ பரிதாபம்!.

பத்துப் பாடலுக்கொரு முறையாவது பாவையரைப் பற்றிப் பாடித்தீருகிறார்; பாடும்போது இராமனை மறந்து அரியைக் கைவிட்டு, புண்யம், முக்தி முதலியவற்றை ஒரு புறத்தே ஒதுக்கிவைத்துவிட்டு, பரிபூரணானந்தமே!' என்று தங்கு தடையின்றி வாரி வாரி வழங்குகிறார், காமப் போதையை! எதைக் கண்டாலும் பெண் சொரூபமாகவே அவருக்குத் தெரிகிறது. எந்தச் சந்தர்ப்பமாக இருந்தாலும் பெண்ணின் அங்கங்களின் நினைவு மனத்தைக் குடைகிறது; நெஞ்சிலே ஓர் விதமான நமைச்சல் உண்டாகிவிடுகிறது; உடனே உதிருகிறது தோழர்களே, காமரசம்!

இராமருக்குப் பட்டாபிஷேகம் என்ற செய்தி கேட்டு அயோத்தி மக்கள் மகிழ்கின்றனர். அந்த மகிழ்ச்சியால் நகரை அலங்கரித்து, விழாப்போல் விதவிதமான அலங்காரங்கள் செய்து கொண்டிருக்கின்றனர் மக்கள். வர்ணிக்கிறார் கம்பர்! அயோத்தி மாளிகைகளிலே, வாழை, கமுகு நடப்பட்டு, முத்து மாலைகள் தோரணங்களாக அமைக்கப்பட்டு, பூர்ண கும்பம் அமைக்கப்பட்டிருக்கிற காட்சியைக் கவி கூறப்போந்தார், வாழையின் வளம், கமுகின் வளர்ச்சி, முத்து வடங்களின் ஒளி, பூர்ண கும்பத்தின் அழகு ஆகியவற்றை வர்ணித்ததோடு அந்தப் படலம் முடியவில்லை. வீட்டின் அழகு கூறி, பிறகு வீட்டிலுள்ள ஆடவர், அணங்குகளின் நினைப்பு, நடவடிக்கைகளையும் பிறகு கூறுகிறார். ஆகவே, மங்கையரைப் பற்றிய வர்ணனைக்குத் தனி இடமும் இருக்கிறது. இருந்தாலும் வீட்டுக்குள்ளே போயல்லவா வனிதையரைப் பற்றிய பிரஸ்தாபத்தைப் பேச வேண்டும் கம்பருக்கு அதுவரை பொறுத்திருக்க முடியுமா?

அவர் சாமான்யப் புலவரா, சமயத்துக்கேற்றபடி வர்ணிப்போம் என்று இருக்க? ஊரிலே காமாந்தகாரன் எவனையாவது கேலிசெய்ய வேண்டுமானால் சொல்வார்களல்லவா. "அந்த ஆளா? அவன் கம்பத்துக்குச் சேலைகட்டி இருந்தாலும்கூட, கன்னியோ என்று எண்ணி அருகே போவான்" என்று, அவன் கெட்டான், போங்கள்! நமது அரி கதாகாவியக்காரராம் கம்பர் அவனைத் தோற்கடிக்கிறார். வீட்டின் முன்னால் கட்டப்பட்டிருந்த வாழை மாதரின் தொடையையும், கமுகு கன்னியரின் கழுத்தையும், முத்துமாலை மோகனச் சிரிப்புடன் காட்சிதரும் பாவையரின் பல்வரிசை யையும், கவிக்கு நினைவிற்குக் கொண்டுவந்து விடுகின்றன.

அங்கு இங்கு எனாதபடி எங்கும் பிரகாசமாய் - என்றும் பார்க்குமிடமெங்கும் ஓர் நீக்கமற நிறைநின்ற பரிபூரணானந்தமே

என்றும், தூணிலும் இருப்பான், துரும்பிலும் இருப்பான் என்றும் கடவுளைப் பற்றித்தான் பலர் கூறக் கேட்டிருப்பீர்கள். கம்பருக்கு பிரத்யட்சதெய்வம் பிரஷ்டா மூர்த்தி பெண், அந்தச் 'சக்தி' மயமாகவே அவருடைய கண்களுக்குச் சகல பொருளும் தென்படுகின்றன! வாழையானாலென்ன! கமுகானாலென்ன! அவருக்கு அவை யாவும் அரிவையரின் அங்கங்கள் போலவே தெரிகின்றன. ஆமாம்! கவிதா கண்களா, காமக் கண்களா, அந்த நிலையிலுள்ள நயனங்கள் என்பதுதான் என் கேள்வி. அயோத்தியா காண்டம், மந்தரை சூழ்ச்சிப்படலம், 30வது பாடலைப் பாருங்கள்;

"மங்கையர் குறங்கென
வகுத்த வாழைகள்;
அங்கவர் கழுத்தெனக்
கமுக மார்ந்தன
தமிங்கொளி முறுவலிற்றாம
நான்றன"

பதப் பிரிப்பும், பொருள் உரையும் நடக்கட்டும் தோழர்களே, நான் பொய்யனா, மெய்யனா, மெய் உரைக்கிறேனா என்பது தெரியும்.

அங்கு - அந்த அயோத்தியிலே; மங்கையர் குறங்கென - மாதர் தொடைபோல; வாழைகள் - வாழை மரங்கள்; வகுத்த - அமைக்கப்பட்டன; அவர் கழுத்தென - அம்மங்கையரின் கழுத்துபோல; கமுகம் - பாக்கு மரங்கள்; ஆர்ந்தன - நிறைந்தன; தங்குஒளி முறுவலின் - (மங்கையரின்) நிறைந்த காந்தியை உடைய பல் வரிசைபோல்; தாமம் - முத்துமாலைகள்; நான்றன - தொங்கின.

தோழர்களே! மாளிகையிலே உள்ள அலங்காரத்தை வர்ணிக்க ஆரம்பித்தவருக்கு, எதற்காக மாதரின் நினைவு வேண்டுகிறேன். வேண்டுமென்றே வலிய அவசியமற்ற இடத்திலே, இந்த அங்க வர்ணனை புகுத்தப்பட்டிருப்பதன் கருத்து என்ன? கனகத்தால் கும்பம் அமைத்து அயோத்தியின் செல்வத்தை விளக்கும், கும்பத்தைக் கண்டால் கன்னியரின் கொங்கையை நினைவூட்டுகிற நெஞ்சம் கம்பருக்கு உண்டானது அவரது கல்விச்செல்வத்தை விளக்குகிறதா, காமச்சேற்றைக் காட்டுகிறதா என்று கேட்கிறேன்? ஓய்வின்றி இதே வேலையா? ஓர் பெரிய வீரனின் வரலாற்றினை

- தேவனின் திருவிளையாடலை எழுதப் போந்தவருக்கு இது முறையா என்று கேட்கிறேன்?

கம்பராமாயணம் ஒன்றைப் படித்தாலே போதுமே, அந்த மேலிடம் எப்படி எப்படி இருக்க வேண்டும் என்று அகில உலகுக்கும் அறிவிக்கலாம், ஈடு எதிர்ப்பு இருக்காது; குவிந்திருக்கும் கும்பம் போலிருக்கும், செப்புச் சிமிழ்போல இருக்கும், செவ்விள நீர்போல் இருக்கும், இளமையானதாக இருக்கும், இறுக்கிய கச்சையை அறுத்துவிடுவதாக இருக்கும் என்று அடுக்கடுக்காகக் கூறலாம்.

கம்பனின் கவிதையிலிருந்து தொகுத்தால், கம்பர், அந்த மேலிட அமைப்புப் பற்றி ஓர் மேலான நூல் இயற்றினார் என்றால் சரி! அந்த விஷயத்துக்கு அதுவே வேதம் என்று விளம்பினால் சரி! என்னலாம் வேதங்களின் முதல்வன், தேவ தேவனின் திரு அவதாரக் கதையிலேயா இந்த உருண்டைக்கு, உன்னதமான கலைத்திறனை உரிமையாக்கிவிட வேண்டும்? இது முறையா? என்று கேட்கிறேன்? என் மீது கோபித்து என்ன பயன்? தோழர்களே? கிளறக் கிளற வருகிறது! வண்டி வண்டியாகக் கேளுங்கள் கவியின் திறமையை! மாதரின் மேலிடத்தை வர்ணித்ததோடு முற்றுப்புள்ளி வைக்காமல், எந்தெந்த வயதினருக்கு எவ்வெவ்வண்ணம் இருக்கும் என்ற அமைப்பு முறையைக்கூட 'லோக சம்ரணார்த்தம்'(!!) திருவாய் மலர்ந்தருளியிருக்கிறார். பருவத்திற்கேற்ற பாங்கு, இயற்கை! கருத்த கூந்தல் கன்னிப் பருவத்தில், நரைத்த கூந்தல் பாட்டிக்கு! பளபளப்பான பற்கள் பாவைக்கு, பாட்டிக்கு பொக்கைவாய்! இவ்வித பருவ பேதத்தை வளர்க்கும் சந்தர்ப்பம் கம்பருக்குக் கிடையாது. மாதர் - மங்கையர் எனும் இரு பருவத்தினரை, ஒரு பாடலில் வர்ணித்திருக்கிறார். அங்குதான் கொங்கை அவர்கட்கு எங்ஙனமிருக்கும் இவர்கட்கு எங்ஙனமிருக்கும் என்ற விளக்கத்தைத் தருகிறார். எந்தச் சந்தர்ப்பம் என்று கருதுகிறீர்கள்! சந்தர்ப்பத்தைச் சொன்னால், 'சீ' என்பது தவிர, வேறு சத்தம் உங்களிடமிருந்து பிறக்காது.

முடி தரிக்கவேண்டிய இராமன், கானகம் ஏக வேண்டி நேரிடுகிறது. புள் அழ, பூனை அழ, பூவையர் அழ, போர்க்களிறு அழ, கல்லுங் கரைந்ததாம் சோகத்தால், அத்தகைய சோகத்திலேதான் இந்தச் சொகுசு கலக்கிறார் கம்பர். "இராமனைக் காடேக விடோம்; அவன் ஆரண்யம் சென்றால் நாங்கள் அயோத்தியில் இரோம்" என்று கூறிக்கொண்டு நகர மாந்தர்கள் இராமனைப் பின்

தொடருகின்றனர். அன்றிரவு நகருக்கு வெளியே தங்குகின்றனர். அப்போது அங்கிருந்த மக்களின் நிலைமையைக் கம்பர் படம் பிடிக்கிறார். அழுத கண்கள், புழுதி படிந்த ஆடை, துவண்ட உடல் ஆகியவற்றோடு முடியவில்லை படப்பிடிப்பு. காமிராவினால் 'குளோசப்' எடுக்கிறார் கம்பர்? எதனை மாதர் படுத்திருப்பதை! கும்பமே குவி இள முலையாகக் கண்களுக்குத் தெரியுமே, கம்பருக்கு? அப்படிப்பட்டவர் 'குளோசப்' எடுப்பதென்றால் அதிலும் மாதர் படுத்திருக்கும் காட்சியைப் படம் பிடிப்பதென்றால் சொல்ல வேண்டுமா? சரியான சான்ஸ்! செவிலித்தாயார் மீது இளமங்கையர் சாய்ந்துகொண்டு துயிலுகின்றனர். இராமனைத் தொடர்ந்து செவிலித் தாயாரும் வந்தனர்! இளமங்கையரும் வந்தனர்! இரவு வந்ததும், செவிலிமீது சாய்ந்து இளமங்கையர் உறங்குகின்றனர்! இதோ, 'குளோசப்!'.

அயோத்தியா காண்டம், தைலமாட்டுப் படலம், 11வது பாடலைப் பாருங்கள், இந்தக் குளோசப்பிலே, செவிலித் தாயாரின் தொடைமீது கன்னியர் (மணமாகா மகளிர்) அலுப்பின் மிகுதியால் அயர்ந்து தூங்குகின்றனர்; ஆடை நெகிழ்ந்து கிடக்கிறது. காமிரா ஜரூராக வேலை செய்கிறது. இப்போது ஏதோ சினிமாப் படங்களிலே, குளோசப் எடுப்பதுபற்றி, அதை எல்லாமா குளோசப் எடுப்பது என்று 'கிரிடிக்குகள்' குறை கூறுகின்றனர்.

கம்பனின் குளோசப்பைக் கண்டாலல்லவா தெரியும்! அயர்ந்து நித்திரை செய்யும் மாதரின் மேலிடத்தை குளோசப் எடுத்துக் காட்டுவது மட்டுமல்ல; அதற்கு விளக்கமும் தருகிறார். செவிலித்தாயார், முதிர்ந்த பருவத்தினர். அவர்களின் மேலிடம் இதுபோலிருக்கும், கன்னியருக்கு இவ்விதம் இருக்கும் என்று படப்பிடிப்பிலே காட்டிவிடுகிறார், படியுங்கள் பாடலை:

பெரும்பகல் வருந்தினர்
பிறங்கு முலை தெங்கின்
குரும்பைகள் பொருஞ்செவிலி
மங்கையர் குறங்கி
லரும்பனைய கொங்கையயிலம்
பனையவுண்கட்
கரும்பனைய செஞ்சொனவில்
கன்னியர் துயின்றார்.

இப்பாடல் மூலம் கம்பர் செவிலித்தாயாருக்குத் தனம் தெங்கின் குரும்பை போலிருக்கும். கன்னியருக்குத் தனம் தாமரை

மலரின் அரும்பு போலிருக்கும் என்று பருவத்திற்கேற்றபடி அந்த மேலிடம் இருக்கும், 'பண்பாடு தெரிவிக்கிறாரே தவிர சோலையிலே கோசலைச் செல்வன் காடாளவா செல்ல வேண்டும் என்று மக்கள் கூடிச் சோகித்தனரே, அதனையா தெரிவிக்கிறார் என்று கேட்கிறேன். அந்த மக்களின் மனத் துயரைத் தீட்டிக் காட்ட வேண்டிய சமயத்திலே ஏன் இந்த மேலிட விசாரம், விளக்கம், விபரம்! இது விவேகமா, என்று கேட்கிறேன். எவ்வளவு சோகமான கட்டம் அதிலே எவ்வளவு சாவதானமாக, சாமுத்திரிகா இலட்சண விளக்கம் நடக்கிறது பாருங்கள். துக்கத்தால் துவண்டுகிடக்கும் பெண்களைப்பற்றிப் பேசும் நேரத்தில் அவர்களின் மேலிடம் பருவத்திற்குப் பருவம் மாறி விளங்குவதைப் பாரீர், என்று பரிவுடன் கூறிடும் பாவாணர், கம்பரன்றி வேறு இல்லை! பொருளைப் பாருங்கள்.

பெரும்பகல் வருந்தினர் - காலை முழுவதும் இராமன் காடேக வேண்டுமாமே என்ற சொல் கேட்டுத் துக்கித்த; கன்னியர் - இளம் பெண்கள்; செவிலியர் குறங்கில் - தமது செவிலித் தாய்மார்களின் தொடையில்; துவின்றார் - படுத்து உறங்கினர்; இதுதான் விஷயம்! இதிலே பாருங்கள், கம்பர் காம ரசத்தை எப்படிக் கலக்குகிறார் என்பதனை.

கன்னியர் என்றால் போதாது என்று அடைமொழிகள் சேர்க்கிறார். பாடலைப் பாருங்கள் ஒருமுறை.

கரும்பு அனைய செம் சொல் நவில் கன்னியர் - கரும்பை ஒத்த இனிய சொல் பேசும் கன்னியர்.

போதும், என்று நீங்கள் சொல்வீர்கள், நானும் சொல்வேன். கம்பர் பெண்களை அவ்வளவு இலேசாக விடமாட்டாரல்லவா! மற்றோர் அணிகலன் பூட்டுகிறார்; பாடலைப் பாருங்கள்.

அயில் அம்பு அனைய உன்கண் - கூரிய அம்பையொத்த மைதீட்டப்பட்ட கண்களை உடையவர் அக்கன்னியர், அவர்களின் சொல், கரும்பு; கண், அம்பு;

"சொல்லும் கண்ணும் கிடக்கட்டும்! சார் அதைச் சொல்லுங்கோ, அதுதானே பிரதானம். அதை மறக்கலாமோ?" என்று கம்பரின் கவிதா சக்தி, அவரைத் தூண்டுகிறது. அவர், இனிய சொல் போதாது என்று மேலிடம் தெரியும்படி குளோசப் எடுத்துக் காட்டுகிறார்!

அரும்பு அனைய கொங்கை - தாமரை மலரின் அரும்பை யொத்த தனங்கள் அக்கன்னியருக்கு! அம்பு விழி கரும்பு போன்ற சொல். அரும்பு போன்ற தனம்! யாருக்கு? கன்னியருக்கு! காலை பூராவும் கதறி, இரவு அலுத்து உறங்கும் கன்னியர் தமது மேலிடம் கம்பரின் காமிராவுக்கு இரையாகுமென்று அவர்கள் கண்டார்களா பாவம்!

போகட்டும். அரும்போடு அவர் அயர்ந்தாரா? கன்னியருக்கு இங்ஙனமிருக்கிறதே, செவிலிக்கு எங்ஙனமோ என்று காண, காமிராவை அப்பக்கம் திருப்பினார், படம் பிடித்தார்.

பிறங்கு முலை - விளங்கும் தனங்கள்.

தெங்கின் குரும்பைகள் பொரும் - (தென்னங்குரும்பை களை யொத்திருந்தன (யாருக்கு?)

செவிலி மங்கையர் - செவிலித் தாய்மார்களுக்கு, இந்த குளோசப் முடிந்து கம்பரின் உச்சிக் குளிர்கிறது;

இடத்திற்கேற்ற, சம்பவத்திற்குப் பொருத்தமான, அவசியமுள்ள, அழகான வர்ணனை, கலை இதுதானா என்று கேட்கிறேன்? எதற்காக இராமாயணம் படிக்க வேண்டும் என்று சொல்கிறார்கள்? சத்தியம் வெல்லும், அதர்மம் அழியும் என்ற உண்மையை உணர்ந்து உலகநாயகனின் அருளைப் பெற இராமயணப் பாராயணம் அவசியமாகும்! உலகம் உய்யவே இந்த உத்தம சரித்திரத்தை நான் உரைக்கிறேன் என்று பாவாணர் பாயிரமுரைக்கிறார். ஆனால். உள்ளே இருப்பது என்ன? குரும்பை அளவிலே செவிலிக்கும், அரும்பு அளவிலே கன்னியருக்கும் மேலிடம் இருக்கும் என்ற விளக்கந்தானே?

இதுதான் தேவ காதையா? தேன் தமிழ் இதற்குத்தான் தத்தமா?

காமிரா குளோசப் மட்டுமல்ல (X-ray); எக்ஸ்ரேகூட எடுக்கிறார் கம்பர்.

உடலுக்குள்ளே இருக்கும் உறுப்புக்களின் நிலைமையையும் நிகழ்ச்சியையும் படம்பிடிக்க எக்ஸ்ரே எடுப்பார்கள். கம்பரும் எக்ஸ்ரே எடுக்கிறார்! எதை, எதற்கு, எப்போது?

மிதிலையில் ஜானகி, இராமன், சிவதனுசை ஒடித்தார் என்பதைக் கேள்விப்பட்டதும். நமது மனத்திற்கிசைந்தவனே

மணாளனாக மார்க்கம் கிடைத்துவிட்டது என்று மகிழ்கிற கட்டம், அங்கே கம்பர், எக்ஸ்ரே முறையிலே பாடல் அமைத்திருக்கிறார்.

நோய்களுக்குத் தகுந்தபடி உடலுறுப்புக்கள் வளர்ந்தோ ஒடிந்தோ வீங்கியோ இருப்பது எக்ஸ்ரே மூலமாகத் தெரிந்துவிடும், உணர்ச்சிக்குத் தக்கபடியும் உறுப்புக்கள் ஒவ்வோர் விதமான நிலையை அடையும். அழுத கண் சிவந்திருக்கும். கடுஞ்சுரங் கண்டவனின் வாய் உலர்ந்திருக்கும், நடந்து அலுத்தவனின் கால் கடுக்கும். நமைச்சல் கொண்டவனின் உடலில் கீறல் இருக்கும், மகிழ்வான உணர்ச்சிக்கும் அதுபோலவே உறுப்புக்கள் பல்வேறு நிலைபெறும், புற உறுப்புக்களை காமிரா எடுக்கும்; எக்ஸ்ரேதான் உள் உறுப்புக்களைப் படம் பிடிக்கும். கலையின் விளக்கமல்ல; விஞ்ஞான அரிச்சுவடி இது.

நான் எதனைக் கம்பரின் எக்ஸ்ரே என்று குறிப்பிடுகிறேன் என்றால், ஆடைக்குள் எங்கோ மறைந்துகிடக்கும் உறுப்புக்கள் என்ன நிலையில் இருந்தன என்பதை அந்த உத்தமர் உரைக்கிறார் ஓரிடத்தில்; அதைத்தான் சொல்கிறேன் பூராவும் எக்ஸ்ரே முறையல்ல; அதுபோன்றது என்னலாம் - "களிப்பால் சீதையின் கண்கள் மலர்ந்தன; ஆனந்த பாஷ்யம் ஒழுகிற்று; மெய் சிலிர்த்தது; தாங்கொணாச் சந்தோஷத்தால் தேவிக்கு ஓர் வித மயக்கம் உண்டாயிற்று, சேடியர் மீது சாய்ந்தாள்" என்று வர்ணிக்கட்டும். இராமனே தனக்கு மணாளன் என்பது உறுதியானது கேட்டு உளம் பூரித்த சீதையின் உணர்ச்சியை விளக்கக் கம்பன், அந்த அம்மையாரின் மறைவிடம், அந்த நேரத்திலே, அந்த நினைப்பாலே என்ன நிலை அடைந்தது என்பதையும் கூறிடத்தான் வேண்டுமா என்று கலாரசிகர்களைக் கேட்கிறேன். இராம பிரவாகமோ, பிராட்டியாரின் பெருமையோ, அந்த மறைவிடத்தைப் பற்றிய விளக்கமில்லாவிட்டால் பூர்த்தியாகாதா என்று பக்தர்களைக் கேட்கிறேன்? பாடலை உங்களுக்குக் கூறுகிறேன் தீர்ப்பளியுங்கள் தோழர்களே!

"கோமுனியுடன் வருகொண்
டலென்றபின்
றாமரைக் கண்ணினானென்ற
தன்மையா
லாமவனே கொலென்றைய
நீங்கினாள்
வாம மேகலையிற வளர்ந்த
தல்குலே!"

தெரிகிறதா நடந்த விஷயம்? காட்சியை இதோ காணுங்கள்!

சேடி : அம்மா, வில்லை ஒடித்தார்!

சீதை : ஒடித்தது யாரடி?

சேடி : அவர்தான், தேவி!

சீதை : யாரடி சொல் சீக்கிரம்!

சேடி : சொன்னேனே அம்மா, அவர்தான் ஒடித்தார்.

சீதை : அடி. என் நிலையைத் தெரிந்துகொள்ளாத பேதையே! அவர் என்றால், யாரடி? சொல்லடி சீக்கிரம்?

சேடி : முனிவருடன் வந்தாரே....!

சீதை : அந்தச் செந்தாமரைக் கண்ணன்தானா? என் ஐயனே தான்!

இந்த உரையாடல் நடக்கிறது. மிதிலை அந்தப்புறத்திலே. இராமனே வில்லை முறித்தவன் என்பது தெரிந்தும் சீதைக்கு சந்தேகம் நீங்கி, சஞ்சலம் ஒழிந்து, சந்தோஷம் பிறக்கிறது. உடனே 'கலீர்' என்றோர் சத்தம் கேட்கிறது. சதங்கை ஒலியா? இல்லை. வளையலின் சத்தமா? தூ! அதையா கம்பர் பொருட்படுத்துவார்! கீழே விழுந்த மேகலையின் சத்தம்! மேகலை என்றால் பெண்ணின் மறைவிடத்தில் அணியும் அணிகலன்! ஆனந்தத்தால் அல்குல் வளர, மேகலை அற்றுக்கீழே விழுந்ததாம். ஐயனின் பிராட்டிக்கு, சர்வலோக ரட்சகிக்கு!

கோமுனியுடன் - விசுவாமித்திரருடனே; வருங்கொண்டல் - வந்தமேகம் போன்றவன்; என்ற பின் - என்று சேடி கூறிய பின்; தாமரைக் கண்ணினான் - செந்தாமரைக் கண்ணனான திருமாலைப் போன்றவன்; என்ற தன்மையால் - என்றும் சொல்லிய வகையினால்; ஆம் - ஆமாம்; அவன் ஏ கொல் - அவன்தானா; என்ற ஐயம் - என்று (முன்பிருந்த) சந்தேகம்; நீங்கினாள் - நீங்கினவளாகிய சீதையின்; வாமம் மேகலை - அழகான மேகலாபரணம்; இற - அறுந்து கீழே விழும்படி; அல்குல் வளர்ந்தது - மறைவிடம் (சந்தோஷத்தால்) வளர்ந்தது.

ஆடைக்குள்ளே ஆனந்தத்தால் வளர்ந்த அல்குல் மான்மியம் கூறப்படாதிருந்தால் சம்பூர்ணமாகி இருக்காதுபோலும் சத்விஷயம்! மறைவிடத்தை அம்பலத்துக்கு அவர் அழைத்துவந்த இந்த

அருந்திறனைத்தான் எக்ஸ்ரே என்றேன். ஆனந்தத்தால் மேகலை இற வளர்ந்த அந்த அல்குல், எப்படிப்பட்டது என்று முன்பே கவி கூறியிருப்பதை நினைவில் இருத்தத் தவறாதீர்கள். பாந்தள், தேர்த்தட்டு எனும் இவையே உவமைக்கு ஈடாகாது போன, பரவைப்பேர் அல்குல் பிராட்டியாருடையது! அது வளரவும் செய்தால் 'ஐயய்யே' 'ஐயய்யே' என்று மங்கம்மா படப்பாட்டுத் தோரணையிலே சொல்லுவதைத் தவிர வேறென்ன சொல்ல இருக்கிறது! சீதாபிராட்டியை அவ்வித மான படம் பிடிக்கும் கம்பர், அயோத்தி நாட்டுச் சாதாரணப் பெண்களுக்குக் குரும்பை போலவும், அரும்பு போலவும் மேலிடம் இருந்ததென்பதை கூறினதிலே வியப்பில்லை. அம்மியும் குழவியும் ஆகாயத்திலே பறக்கிறதே, மற்றவையின் கதியைக் கூறவா வேண்டும். சீதாபிராட்டியாரை இப்படி வர்ணித்தார் என்று சீறுமுன், சற்றே பாலகாண்டம், கார்முகப் படலம், 62ஆம் பாடலைப் படித்துவிடுங்கள்.

"அரசர்கள் அடப்பந்தாங்கினர் கம்பருக்கு! அவர் பெருமையை அறிவிலி; நீ அறியாய்" என்று ஆர்ப்பரிக்கும் அரும் பெரும் புலவர்களை நான் அறிவேன். இத்தகைய காமரசத்தைக் கவிதைக் கலயத்திலே செய்து தரும் திருப்பணியிலே ஈடுபட்டிருந்த ஓர் கவிக்கு அபாரமான செல்வாக்கு இருந்ததிலே ஆச்சரியமில்லை! அறுபதாண்டான அரசனுக்கு, அம்சதூளிகா மஞ்சத்திலே, அர்த்த ராத்திரி வேளையிலே, அணங்குகளின் அங்கங்களை இவ்வளவு விளக்கமாக வர்ணிக்கும் கவிதைகள் கிடைக்கும்படிச் செய்தவருக்கு, இதிலும் படிக்கும்போதோ, படிக்கப் பக்கம் நின்று கேட்கும்போதோ, காமக்கூத்து என்று கேவலமாகப் பேச முடியாதபடி, கடவுட் காதையிலே கலந்து தந்தவரை, காவலர் காத்ததிலும், போற்றியதிலும் கைலாகு கொடுத்ததிலும் ஆச்சரியமில்லை. "பூப்போட்ட கிளாசிலே போடப்பா இரண்டரை" என்று பாமரரின் பேச்சு இருக்கிறதே, அதுபோல, இராம காதையுடன் "சேரப்பா காமத்தை" என்று மன்னர்கள் கூறியோ, கூறாமலோ, மகானுபாவர் கம்பர் பொழிந்திருக்கிறார். போக போதையை, ரசவல்லிகளையும், சரச மோகினிகளையும் ஆடலழகிகளையும், பாடலரசிகளையும், பதுமைகளையும், பஞ்சவர்ணக் கிளிகள் போல்வாரையும் பார்த்துப் பார்த்து, உடல் வேர்த்துப்போன பட்டத்தரசர்கள், படுக்கையறையிலே, கம்பரசத்திலே இரண்டோர் டோஸ் பருகினால் போதுமே! பரிமளவல்லி! பங்கஜாட்சி! அங்கையற் கண்ணி! அமிர்தபாஷிணீ! விளக்கொளி கண்ணைக்

குத்துகிறது, வீணையின் நாதம் வேதனை தருகிறது. போதும் பாடல், 'உம்!' என்று கூறிக் களிக்கடல் புகவேண்டியதுதானே பாக்கி! கம்பனின் கவியே கவி, "வாமம் மேகலை இற வளர்ந்தது அல்குலே" என்று வாய்விட்டுக் கூறி, ஏடி வடிவழகி! விளக்கை இன்னமும் குறைக்காமலா இருக்கிறாய்?" என்பதாகத்தானே அந்தப்புரம் இருக்கும், அந்தப்புரவாசிகள் கம்பனைப் புகழ்ந்தது அந்த முறையில்தான் என்று கருதுகிறேன்!

டோஸ் நெ. 7

இழவு வீட்டிலே பலர் கூடி அழுகிறார்கள். அங்கே பந்தலிலே பாகற்காய் தொங்குகிறது. அதைப் பார்த்த ஒரு மாது மற்றொருத்தியிடம் அழுகையுடன் அழுகையாக

"பந்தலிலே பாவக்கா
பந்தலிலே பாவக்கா"

என்று சேதி கூறிவிட்டாள், அதைக் கேட்டுக் கருத்தைத் தெரிந்துகொண்ட அந்த நங்கை, அதை அழுகைப் பாட்டு மெட்டிலே,

"போகையிலே பார்த்துக்குவோம்
போகையிலே பார்த்துக்குவோம்."

என்று போகும்போது பறித்துக்கொள்ளலாம் என்று 'பிளான்' கூறிவிட்டாள். வந்தது துக்கத்திலே கலந்துகொள்ள! அழுகைப் பாட்டு!! அதிலே ஒரு திருட்டுக்கூட்டு! அதுவும் பாட்டாலே நடக்கிறது, இவ்வளவும் இழவுவீட்டிலே! இந்த இருவர் மட்டுந்தான் இப்படியா? இல்லை! வந்தவர்கள் பாகற்காய் பறிக்கும் பிளான் போட்டதை அவர்கள் பாடியதனால் கேட்டுத் தெரிந்துகொண்ட வீட்டுக்கார அம்மாள், "இதேது இழவிலே கலந்துகொள்ள வந்து, பாகற்காயைப் பறித்துக்கொள்ள நினைக்கிறார்களே" என்று பயந்து ஒரு எச்சரிக்கை விடுத்தாள், அழுகுரலிலேயே,

"அது விதைக்கல்லோ விட்டிருக்கு
அது விதைக்கல்லோ விட்டிருக்கு"

என்று வீட்டுக்குடையவள் கூறிவிட்டாள். ஆக மூவரும், அழுதவுடன் தத்தம் மனத்திலே தோன்றியதையும் கூறிவிட்டனர். அந்த

இழவு வீட்டுக்குச் சென்ற இரு அம்மைகள் எவ்வளவோ மேல் என்பேன், ஏன்? சோகத்தைக்காண, கம்பர் அயோத்தி மக்களுக்கு அயோத்தியை அடுத்துள்ள ஓர் சோலைக்குச் செல்கிறார், அங்கு அவர் மக்களின் துக்கத்தைக் கண்டு வரவேண்டியதுதானே முறை! அவரோ அங்கு போயும் அந்த நேரத்திலும் நினைக்குந்தோறும் நினைக்குந்தோறும் நெக்குருகும் அந்த மேலிட மறைவிட மேன்மையைத்தான் கண்டு கதறுகிறார்.

அழுகுரலுடன், பாகற்காயைப் பறிக்கத் திட்டமிட்ட திருமதிகள் போலவே, கம்பரும் சோகத்தோடு சோகமாகத் தமது காமக் கள்ளையும் கவிக் கலயத்திலே ஊற்றித்தருகிறார் இது நமது அருமைக் கலா ரசிகர்களுக்கு இனிக்கிறதாம்! சிலர் கலயத்திலே வீழ்ந்துள்ள ஈ, எறும்பினை எடுத்துவிட்டுப் பருகுகின்ற முறைபோல அன்பர் டி.கே. சிதம்பரநாத முதலியார், சில திருத்தங்கள் செய்து பருகுவது மேல் என்றார், சிலர்,

“கண்ணை மூடிக்கொண்டு கலயத்தை உறிய வேண்டுமப்பா அப்போதுதான் ரசம் பூரணமாக இருக்கும்” என்கின்றனர். நமக்கோ அந்தக் கலயம் இருக்கும் திக்கிலே போனாலே, திக்குமுக்காடிப்போகிறது அதன் கெட்ட நாற்றம் பட்டதும்.

அழுத கண்களையும், சிந்திய மூக்கினையும், அவிழ்ந்த கூந்தலையும், சோர்ந்த முகங்களையும் காண வேண்டிய இடத்திலேயுங்கூட, கம்பர் சொர்ண கும்பமோ சோகம் போக்கும் செவ்விள நீரோ என்று மயக்கும் விதமான அமைப்புடன் விளங்கும், அந்த மேலிடத்தைக் கண்டு போற்றித் திரு அந்தாதி பாடுகிறார். புலமை இருக்கட்டும்; அது எந்தெந்தச் சமயத்திற்கு எதெது இருத்தல் வேண்டும் என்ற கட்டு திட்டத்தையும் மீறிடத்தான் வேண்டுமோ என்றுதான் நான் கேட்கிறேன்.

கம்பர், சோகமுற்றிருந்த அயோத்தி மக்களைச் சோலை சென்று ‘குளோசப்’ எடுத்துக் காட்டுகையிலே தெங்கின் குரும்பையோடு, அரும்பனைய மேலிடத்தைக் காட்டிவிட்டு குழந்தைகள் தாயிடம் பாலுண்டு கொண்டு மார்பினை நெருடிக்கொண்டிருந்தனவாம், அதையும் காட்ட மறக்கவில்லை. அயோத்தியா காண்டம், தைலமாட்டு படலம் 13ஆம் பாடல் கடைசி அடியைப் பாருமின்.

“மகவு முலைவருட இளமகளிர் கள் துயின்றோர் - என்ற பகுதி உளது. 15ஆம் பாடலிலே பாருமின், “வம்பளவு கொங்கை” என்று கூறுகிறார். 16இல் பாருமின். துயின்று கொண்டிருந்த

மாதரின் மேலிடத்தில் புழுதி படித்திருந்ததாம்; அதையும் கூறாது விடுக்க மனமின்றி கம்பர்,

"குங்கும மலைக்குளிர் பனிக்
குழுமியென்னக்
துங்கமுலை யிற்றுகளுறச்
சிலர் துயின்றார்"

என்று கூறுகிறார். பொருளைப் பாருங்கள்.

சிலர் - சில மாதர்கள்; குங்குமம் மலை - குங்குப் பூ நிறைந்துள்ள மலையிலே; குளிர்பனி குழுமியென்ன - குளிர்ந்த பனி படிந்ததுபோல்; துங்கம் முலையில் - பருத்துள்ள தனங்களிலே; துகள்உற - புழுதி படிந்திருக்க; துயின்றார் - தூங்கிக்கிடந்தனர்.

அந்த மாதர்கள், சுந்தரராமன் சோபிதச் சீதையுடன், அரசு இழந்த ஆரண்யம் செல்கிறாரே, ஈரேழாண்டு எங்ஙனம் வதைவாரோ என்று துக்கித்துக் கதறிக் களைத்துக் கண் மூடிட, கம்பரோ, இச்சமயம் தவறினால் மறுசமயம் வாய்ப்பதரிது என்று எண்ணித், தூங்கும் தையலரின் மேலிடத்திலே புழுதி படித்திருப்பதைக் கூர்ந்து நோக்கி, ஆழ்ந்து சிந்தித்து அதற்கோர் உவமையணியும் அமைத்து மகிழ்கிறார். இது பொருத்தமா என்று கேட்கிறேன். மேலிடத்திலே புழுதி படிந்திருப்பதைக் கூறாவிட்டால் சோகரசம் பூர்ணமாகாதா என்று கேட்கிறேன்.

அந்தத் தைலமாட்டுப் படலத்திலே பலமுறை பாவையரின் மேலிட வர்ணனையிலே கம்பர் தமது புலமையைப் பூசி மகிழ்கிறார். பக்தியை, அத்தகைய வர்ணனை ஊட்டுமா, இச்சா சக்தியைக் கிளறுமா என்று நான் கேட்டால், கம்ப தாசர்கள் கோபிக்கின்றனர். அன்பர்களே! அரி அவதாரமாம் ஸ்ரீராமச்சந்திர மூர்த்தியின் அரிய காதையினைப் படிப்பவரும், பக்கம் நின்று கேட்பவரும், இகத்திலே இன்பமெய்தி பரத்திலே பரமனருள் பெறுவர் என்று பாகவத சிரோன்மணிகள் கூறுகின்றனர். புழுதி படிந்திருந்த மேலிட வர்ணனை இதற்கு அவசியமா என்று கேட்கிறேன். மார்பிலே மண் படிந்திருந்தது என்று சாதாரணமாகக் கூறிவிட்டு, கதைக்கு அவசியமான வேறு விஷயத்துக்குக் கவி உடனே சென்றிருக்கலாம். ஆனால் கம்பரின் நோக்கம், சமயம் கிடைத்தால் சரி, சமயம் கிடைக்காது என்றிருந்தால் எதனை வரவழைத்துக் கொண்டாவது தமது பிரத்தியேகச் சரக்கான காமரசத்தைப் பொழிய வேண்டும் என்பதுதான். எனவேதான்

அவர், மாதரின் மார்பிலே புழுதி படிந்தது என்பதைமட்டும் கூறாது, அந்தச் சமயத்திலும் மேலிடத்தின் அளவு, அமைப்பு, மினுமினுப்பு ஆகியவற்றையும் உடனிழைத்துக் கூறுகிறார். புழுதி படிந்திருந்த மேலிடம் சாமான்யமானதல்ல - துங்கமுலை பெரிய மேலிடம்! அளவு இதுவாக இருக்க வேண்டும் என்பது, அரிகதா கவியின் மனப்பான்மை துங்கமுலை என்று கூறிவிட்டால் போதுமா! எவ்வளவு பெரிய மேலிடம் என்ற சந்தேகம் ரசிகர்களுக்கு எழுமே! அதைப் போக்கவே, கம்பர், மலையினை அம்மாதரின் மேலிடத்துக்கு உவமை கூறுகிறார். அளவு இத்தன்மையதாக இருக்க வேண்டும் என்பதை விளக்க, மலையை உவமை கூறிவிட்டதோடு ஓய்ந்ததா? இல்லை. பெரிதாக இருந்தால் மட்டும் போதுமா? பளபளப்பாக இருக்க வேண்டும்; அதனை உணர்த்தவே, குங்குமப்பூ நிறைந்த மலை என்று கூறுகிறார்; ஆகவே, மேலிட அளவு, அமைப்பு, மினுமினுப்பு எனும் திருமந்திரம் மூன்றும் உரைத்த பிறகே, திரு அவதாரக் கதை கூறினவருக்குத் திருப்தி உண்டாகிறது! எவ்வளவு காமுகராக இருப்பின் கதறிக்கிடந்த காரிகையின் மேலிடத்தின் அளவையும் அமைப்பையும் மினுமினுப்பையும் கவனிக்கவும் கூறவும் மனப்பான்மை ஏற்பட்டிருக்கும் என்பதை எண்ணிப் பார்க்க வேண்டுகிறேன். இராமன் காடேகுவது கேட்டு, மண்டலத்து மக்கள் மனம் உடைந்தனர் என்ற கருத்தை விளக்கப் போந்த கவி குங்கும மலைக்கு நிகர் துங்கமுலைபற்றி ஆர்வத்தோடு பாடியுள்ள பாடலை ரசிகர் படித்து, பக்திப் பிரவாகத்தைப் பெறுகிறார்களா. "குங்கும நிறம்; மலையின் அமைப்பு போன்றது. அத்தகைய மேலிடமன்றோ மேலிடம்!" என்று எண்ணி ஏங்குவார்களா என்பது எனக்குள்ள பலப் பல சந்தேகங்களின் ஒன்று.

"சரி! பரதா என்னமோ, அவருக்கு அந்த மேலிட வருணனை செய்வதென்றால் கொஞ்சம் குஷி, அதற்காக அவரைப் பிடித்துக் குடைகிறாயே; விடு" என்று கூற நினைப்பீர்கள். தோழர்களே! மேலிடத்தோடு அவர் விட்டுவிட்டால் நானும் "சரி தொலையட்டும் சனியன்" என்று இருந்துவிடுவேன். அவர் மேலிடத்தைக் கூறினதோடு போதுமென்று இராமல் மறைவிடத்தையும் தமது நாவன்மைக்கு இரையாக்குகிறாரே, அது சரியா என்று கேட்கிறேன்? எங்கே என்பீர்கள்? வாருங்கள் மீண்டும் அயோத்தியாபுரிக்கு! அயோத்தியா காண்டம், நகர் நீங்கு படலத்தைப் படித்துவிட்டுக் கூறுமின், என் உரை பொய்யா, மெய்யா என்பதை.

மலையிலே நதிகள் உற்பத்தியாகும், வழியே வருகையில் வண்டல் அடித்துத் தள்ளிக்கொண்டு செல்லும். கடைசியில்

ஆறு ஆழியில் சென்றுசேரும். இயற்கையின் இந்த அமைப்பை எத்தனையோ கவிதா விற்பன்னர்கள் கூறிடக் கேட்டிருப்பீர்கள்; மிகச் சாதாரணக் காட்சியையும் தீட்டிடும் நேர்த்தித் திறத்தால், காண்போர் களித்து வியந்திடச் செய்யும் ஓவியக்காரனையும் மிகச் சாமான்யமான பாடலையும், குரலின் இனிமையாலும், உச்சரிப்பின் உயர்வாலும், கேட்போர் செவியும் சிந்தையும் குளிரப் பாடிடும் இசைவாணனையும் புகழ்வதுபோல் மிகமிகச் சாதாரணமான இயற்கை அமைப்பையோ, செயலையோ. தனது கவித்திறனால் அழகுற எடுத்துக்காட்டி படிப்போரைப் பரவசமாக்கிடும் பாவாணரைப் போற்றாத புல்லனல்ல நான்.

என் மனம் உண்மையான கவிதையினால் உருகாதபடி, பிரத்யேகமாக அமைக்கப்பட்டதுமல்ல: எனவே, இயற்கையை எழிலுடன் வர்ணிக்கும் கவிகளை நான் போற்றத் தவறமாட்டேன். கம்பர், தமது திறமையை இத்துறையிலே காட்டிடும், இடங்கள் எனக்கு இன்பமூட்டாமல் இருக்குமா? ஆனால் அந்த இயற்கையைக் கூட, ஏன் அப்புலவர் காமச்சுவைக்கு கள்ளியாக்குகிறார் என்பதை எண்ணும்போதுதான் என் மனம் பதைக்கிறது. மலையினின்று உற்பத்தியாகும் அருவிபோல! கல்வியினின்றும் குணம் பிறக்கும் என்று கூறட்டுமே; சூதிலிருந்து சதி பிறக்கும் என்று சொல்லட்டும். அவர் வாழ்த்தி வணங்கும் ஐயயென்னும் குணக்குன்றினின்றும் அருளெனும் அருவி கிளம்பி கைகேயி எனும் வண்டலை அடித்துத் தள்ளிவிட்டுச் சென்றது என்று கூறட்டும், ஆயிரமாயிரம் உவமைகள் கூறட்டும். எனக்கு அவைகளைப் படிக்க அட்டியில்லை; அவர் புலமையைப் பாராட்டத் தடையில்லை. ஆனால் அவர் ஆறு மலையினின்றும் கிளம்பி, கடலில் சேரும் விஷயத்தை எதற்கு உவமையாக்கினார் என்பதைக் கலாரசிகர்கள் சற்றே சிந்திக்க வேண்டுகிறேன். எவ்வளவு ஆபாசமான முறையினை அவர் கையாண்டுள்ளார் என்பது அப்போது விளங்கும்.

மிகைப்படக் கூறலும், உவமைக்குப் பல பொருளை எடுத்துக்கொள்வதும், கவிகளின் உரிமை என்பதும், அந்த உரிமையை அவர்கள் உபயோகிப்பது உலகினருக்கு உவகை தரவே என்பதும் நான் அரியாததல்ல, கம்பர், மிகைப்படக் கூறுவதை விளக்கும் பாடல்கள் ஆயிரம் உண்டு. நான் அவற்றினைக் குறை கூறவில்லை. அயோத்தி மக்கள் இராமர் காடு செல்ல வேண்டுமாமே என்று கூறினர். கதறினர். பூவையரும் பூனையும் அழுதன, என்று கூறினார். “பூனை ஏன் அழுதது புலவரே?” என்று நான் கேட்கவில்லை.

சோகத்தைத் தீட்ட கவி மிகைப்படக் கூறினார்; அது அவர் உரிமை என்று எண்ணினேன். மற்றோர் இடத்திலே, அயோத்தி மக்களின் கண்ணீர் ஆறெனப் பெருகி, வீதியெல்லாம் வழிந்தோட, தேரோடும் வீதியின் புழுதி வண்டலாக அந்நதிகளிலே படிந்தது என்று பாடுகிறார். கண்ணீராவது ஆறாகி ஓடுவதாவது, என்று நான் கடிந்துரைத் தேனில்லை. மிகைப்படக் கூறல் இது சரி என்று விடுத்தேன். ஆனால் இனி நான் கூறப்போகும் இந்த எடுத்துக்காட்டை மானத்திலும் நாகரீகத்திலும், தூய்மையிலும், ஒழுக்கத்திலும், உண்மைக் கலையிலும், கடவுட் கொள்கையிலும் பற்றுக் கொண்ட யார்தான் பொறுத்திருக்க முடியும் என்று யோசித்துப் பாருங்கள்!

மாதர் அழுதனர்; கண்களினின்றும் நீர் அருவியெனக் கிளம்பிற்று. இதனை வர்ணிக்கிறார் கவி. மலையினின்றும் கிளம்பும் மாதிகள் அலைகடலில் போய்ச் சேரும் இயற்கை முறையை இணைத்தது, கலை வண்ணம் தமது வாய்வண்ணம் முழுத்திறமையுடன் துவங்கும் விதத்திலே! கம்பரெனும் கவிக் குன்றிலிருந்து கிளம்புகிறதய்யா, காமரசமெனும் ஆபாச அருவி! காண்மின் அதனை, ஏடு தூக்குமின்! அயோத்தியா காண்டம், நகர் நீங்கு படலம், 184ஆம் பாடலைப் பாருமின்! பக்கத்திலே எவரேனும் கம்பதாசர் இருப்பின், கேட்டுப் பாருமின், இதுதானா கம்பரசம் என்று!

"திடருடைக் குங்குமச்
சேறுஞ் சாந்தமு
மிடையிடை வண்ட
லிட்டார மீர்த்தன
மிடைமுலைக்கு வாடொரீஇ
மேகலைத் தடங்
கடலிடைப் புகுந்தகட்
கலுழியா றரோ"

கவி, விவரிக்க எடுத்துக்கொண்ட விஷயம், காரிகையரின் கண்ணீர் பெருகியதுபற்றி என்பது கவனமிருக்கட்டும், தோழர்களே! இனிப் பதவுரை செய்யுங்கள்.

கட்கலுழியாறரோ என்னும் கவித்தொடரைப் பிரியுங்கள் கண் கலுழி ஆறு அரோ - என்று பதம் பிரியும் இதிலே அரோ என்பது அசை! அசைமட்டுமல்ல என்பேன், என்ன சொல்வது என்று தெரியாமல் தன்னை மறந்த கம்பர், வியந்து கூவிய சத்தம். அந்த 'அரோ!' என்ன அவ்வளவு வியப்பிற்குரிய விஷயம் என்று

கேட்பீர்கள். பொருளைப் பாருங்கள், புலவர் பரவசமாகி, 'அரோ' என்று ஆனந்தக் கூச்சலிட்ட காரணம் விளங்கும்.

கண் கலுழி ஆறு-கண்களினின்றும் புறப்பட்ட கலங்கல் நீராகிய நதிகள்; திடர் உடை குங்குமம் சேறுஉம் - மிகுதியான குங்குமக் குழம்பும்; சாந்தம் உம் - சிவந்த சாந்தினையும்; இடை இடை - நடு நடுவே; வண்டல் இட்டு - சேறாகப் பொருத்தப் பெற்று; ஆரம் ஈர்த்தன - மாதருடைய முத்து மாலையை இழுத்தன.

முதலிரண்டு அடி முடிந்தது. மற்ற இரண்டடிக்கு போகுமுன், கருத்தைக் கவனியுங்கள். "அருவிபோலக் கிளம்புகிறது நீர். கண்ணினின்றும், அந்தக் கட்கலுழி ஆறு மாதரின் மேலே பூசப்பட்டுள்ள குங்குமம், சாந்து ஆகிய வாசனைப் பூச்சுக்களை அடித்துக்கொண்டு; அந்த வண்டலோடு அவர்கள் அணிந்துள்ள முத்துமாலைகளை அறுத்துக்கொண்டு செல்கின்றன!" ஆஹா! எவ்வளவு புலமை! என்ன இனிமை! செவிச் சுவையில்லாதோனே! இந்தக் காவியத்தைக் கொளுத்த வேண்டும் என்று கூறுகிறாயே, கட்கலுழி ஆறு குங்குமம் சாந்துவாகிய வண்டலை அடித்துக்கொண்டு, முத்து மாலைகளை இழுத்துக்கொண்டு செல்கிறது என்று செந்தமிழில் கம்பர் செப்பின திறத்தைப் பார், பார், பார்!" "ரசனைப் பிரியர்கள் கூறுவர். "ஸ்வாமிகளே! கொஞ்சம் பொறும்; ஆற்று வேகத்திலே போகவேண்டாம், மற்ற இரண்டு அடிகளையும் கொஞ்சம் பாரும்" என்று அவர்கட்குக் கூறிவிட்டு, மூன்று நான்காவது அடிகளுக்குப் பொருள் கூறுகிறேன்.

கட்கலுழி ஆறு குங்கும வண்டலோடு, எங்கே சென்றது? மூன்றாவது அடியை பதம் பிரியுங்கள், மிடை முலை குவடு ஓரீஇ-நெருங்கிய தனங்களாகிய மலைச் சிகரங்களின்று நீங்கி; புலனாகிறதா கம்பரசம்! வந்துவிட்டார் பாருங்கள். அவருடைய பிரத்யேகத் திறமைக்கு! கண்ணீராகிய ஆறு, மலையாகிய முலைகளிலே ஏறி இறங்கிற்றாம்! மலை போன்றது மட்டுமல்ல மேலிடம்; நெருங்கிய மேலிடம்; அந்த இரு மலைகளுக்கிடையே கணவாய் அதிகப் பெரிதல்ல! சரி! இந்த ஆபாசத்தோடு விட்டாரா? என்ன கேள்வியப்பா கேட்பது? ஆறு நடுவிலே நின்றா விடும்? கண்ணிலிருந்து புறப்பட்டது கலவையை வண்டலாக அடித்துக்கொண்டு சென்றது. மேலிடமாகிய மலைகளைக் கடந்து கடலிலே கலக்க வேண்டாமோ? இதோ, கவி கலங்க வைக்கிறார்: படியுங்கள்; மேகலை தடங்கலிடைப் புகுந்து-மேகலாபரணம் தரிக்கப்பட்டிருந்த அல்குல் எனும் கடலில் புகுந்தது!

பாடுங்கள் ரசிகர்களே, பாடுங்கள்; ரகுபதிராகவ ராஜாராம், பாடுங்கள் பக்திப் பிரவாகப் பரிபூர்ணமாக இந்த நேரம் உண்டாகிவிடுமே அந்தக் கட்கலுழி ஆறு. மிடை முலைக் குவட்டைத் தாண்டி, தடங்கலிடைப் புகுந்து என்ற புண்ய கதையைக் கேட்டபின்! தோழர்களே! சுருக்கவுரை என்ன தெரியுமா இச்செய்யுளுக்கு? கண்ணினின்று வழிந்த நீர், மேலிடத்திலே புரண்டு, மாதரின் மறைவிடத்திலே புகுந்தது இதுதானா கலை என்று கேட்கிறேன்! மேகலைத் தடங்கலையும் மிடைமுலைக் குவட்டையும் பாடவா, கம்பருக்கு சடையப்ப வள்ளல் சகல சம்பத்தும் தந்தார் என்று கேட்கிறேன்? எந்தப் புலவனாவது கடவுட் கதையிலே, கட்கலுழி ஆறு, மேகலைத் தடங்கலிடைப் புகுந்ததைப் பாடினானா? இந்தப் பூணாரம் பூண்ட புதுமைதனைக் கண்டதுண்டா? புலமையின் வேலை இதுதானா? மாதரின் கண்ணீர், மறைவிடத்திலே புகுந்தது என்று கவி பாடியிராவிட்டால், பக்தி ரசம் மனதிலே புகாதா என்று கேட்கிறேன். பரிதாபம்! அந்த அயோத்தி நாட்டுப் பாவையர், தமது கண்ணீரை ஒரு கவி இங்ஙனம் சித்தரித்து எழுதியிருப்பார் என்று தெரிந்திருந்தால், ஆயிரம் இராமர்கள் ஆரண்யம் போனாலும், அழுதிருக்க மாட்டார்களே!

தோழர்களே! என் குலை நடுங்குகிறது. இந்நாட்டுக்கு இதுதான் கலை என்று கூற, வாமமேகலை இற வளர்வதும், ஒளி புறத்தளிப்பதும், தடங்கலிடைக் கட்கலுழி புகுவதும் தேவ கதையின் முக்கியாம்சமா? கலையின் உச்சமா? புலமைக்கு இதுதான் அத்தாட்சியா? புண்ணியத்திற்கு இதுதான் ஏடா? புகலட்டும் புலவரும், பக்தரும், கதை எந்த இனத்தைப் பற்றியதாக இருந்தால் என்ன, கலையைக் கவனி என்று கூறும் அன்பர்களிடம் கேளுங்கள். இத்தகைய கம்ப 'ரசம்' கடவுட் கொள்கையையோ, கலை உணர்வையோ தருமா, அன்றித் "தொந்தி சரிய மயிரே வெளிர நிறைந்த மசைய உடலே" படைத்த தொண்டு கிழமானாலும், 'அவருக்கு மங்கையர் மலரடி தடவியும், கருத்தறித்தபின் பலபல புரியவும், மன மயக்கத்தை ஊட்டுமா' என்று.

டோஸ் நெ. 4

எனக்கு ஒரு சந்தோஷம் தோழர்களே! என்ன தெரியுமா? கம்பர், இராமகாதையை எழுதினாரே, மற்ற பல கடவுட்

கதைகளை எடுத்தெழுதாமல், இதை எழுதினாரே என்பதிலே ஒரு திருப்தி. இராம காதையிலே கம்பர் கவிதையின் பெயரால் காமக் கள்ளைப் பொழிகிறார்; வேறு சில கடவுட் கதைகளை எடுத்து எழுதியிருப்பின், ஐயகோ! அந்த ஆபாசம் அலை கடலென ஒலித்திருக்கும்! எனது எழுதுகோல், 'இதை நான் தீட்டேன், தீட்டேன்' என்று ஓலமிட்டிருக்கும். உண்மையிலேயே, இந்தக் கதையிலே இவ்வளவு காமரசத்தைக் கலக்கும் கம்பர், அந்தக் கோபாலகிருஷ்ணன் ஜலக்கிரீடை செய்துகொண்டிருந்த கோபிகா ஸ்திரீகளின் ஆடைகளைக் கவர்ந்து, புன்னைமரத்திலே கிளைக்குக் கிளை தொங்கவிட்டு, மோகனப் புன்னகை ததும்ப, புல்லாங்குழல் ஊத பூவையர், கண்ணா! மணிவண்ணா! என்று கதறியபோது கைகூப்பித் தொழுதால் ஆடை தருவேன் என்று சொல்லிட நிர்வாணமாக ஜலத்திலே நின்றுகொண்டு நீரால் தமது மானத்தை ஒருவாறு காத்துக்கொண்டிருந்த மங்கையர், "எங்ஙனம் கைகூப்பித் தொழுவோம்! இலஜ்ஜையாக இருக்கிறதே! ஆடைகளைக் கொடுத்துவிடு, ஆயிரம் முறை தொழுகிறோம்" என்று வேண்டிட முரளீதரன் "முடியாது இப்போதுள்ள நிலையிலேயேதான் என்னைக் கும்பிட வேண்டும்" என்று கட்டளைப் பிறப்பித்தான் என்று கடவுட் கதை இருக்கிறதல்லவா? அதனைக் கம்பர் எழுதியிருந்தால் நமது கலா ரசிகர்கள் அந்த ஏடு உள்ள வீடெல்லாம், கலைமணம் கமழுகிறதெனக் கூறும்படியான அளவு ரசம் சொட்டச் சொட்ட செய்யுள் இயற்றியிருப்பாரல்லவா?

ஆனந்தத்தால் "வாமமேகலை இறவளர்ந்த அல்குலை" ஆடைக்குள்ளே இருக்கையிலேயே கண்ட கலைவாணருக்கு, தடாகத்திலே, தையலர் நிர்வாணமாக நின்று, இரு கை கூப்பித் தொழுதனர் என்ற காட்சியைக் கவிதையாக இயற்றும் 'சான்ஸ்' கிடைத்திருந்தால் என்னென்ன கூறி இருப்பாரோ, எப்படி எப்படி வர்ணித்திருப்பாரோ, எதை எதை எவ்வண்ணம் எவ்வண்ணம் இருந்தது என்று கூறியிருப்பாரோ, என்னால் நினைத்துப் பார்க்கவும் முடியவில்லை!! தெங்கின் குரும்பை, தாமரையின் அரும்பு என்ற பருவத்திற்கேற்ற அமைப்பு இருந்ததைக் கூறிய பாவாணருக்கு, நிர்வாண நங்கையரைப் படம் பிடிக்க, 'குளோசப்' எடுக்கச் சந்தர்ப்பம் கிடைத்திருந்தால் சும்மாவா செய்யுள் இயற்றியிருப்பார்! பாரதம் பூராவுக்கும் வில்லிப்புத்தூரார் எத்தனை பாக்களை இயற்றினாரோ அவ்வளவும், ஒரு ஜலக்கிரீடைப் படலத்துக்கே போதாது!

கம்பருக்குத்தான் ‘அந்தச் சேதி’யைக் கூறுவதிலே அலுப்பு, களைப்பு, சலிப்பு ஏற்படுவதே இல்லையே! சந்தோஷமோ, சஞ்சலமோ, ஆனந்தமோ, அழுகையோ, எந்தச் சமயமாக இருந்தாலும் சரியே, மாதர் என்ற நினைப்பு வந்தால் போதும், அவருடைய புலமை மலர்ந்துவிடுகிறது! மிதிலையிலே மகிழ்ச்சியினால் மாதர் யாவரும் லோகமாதாவெனப் போற்றிக் கும்பிடவேண்டிய சீதேவியின் திரு அவதாரமாம், சீதையின் மறைவிடம் அடைந்த நிலையைக் கூறினாரே, அத்தோடு தொலையட்டும் பீடை என்று இருந்துவிட்டாரா? எப்படி இருப்பார்? போதை குறைந்ததும் “போடு இன்னும் ஒரு கிளாஸ்” என்று கேட்கும் குடிகாரன்போல மறுபடியும் அந்த மகாத்மியத்தை உரைக்க எப்போது ‘சான்ஸ்’ கிடைக்கும் கிடைக்கும் என்று காத்துக்கொண்டே இருக்கிறார். ‘சான்ஸ்’ கிடைத்ததும், சரமாரியாகப் பொழிகிறார். அவருக்கு சம்பூர்ணமாகத் தெரிந்த அந்தக் காமக் கசமலத்தை! வேறு யாரேனும், வேறு எந்தக் கதையிலேனும் கம்பர் கலந்திருக்கும் காம ஆபாசக் காடியிலே நூற்றிலோர் பங்கு கலந்து கவி பாடினாலும், கலா ரசிகர்களும், பக்தர்களும் கடிந்துரைப்பர். கடவுட் கதை என்ற கவசம் இருக்கவே காமச் சேற்றுக்கு லைசென்ஸ் கிடைத்துவிட்டது.

குடி வகைக்கும், கூத்திச் சேட்டைக்குங்கூட லைசென்சுகள் கிடைப்பதுபோல! தேவனின் திருக்கதை என்று திரையிட்டுக் கம்பர் தீட்டியிருப்பது, ஓர் போக பூமியைத்தான். புண்ய பூமியல்ல! நான் கூறுவது கேட்டுக் கோபமுறும் பக்தர்களோ, ஏடு ஏந்துவோரோ, இவ்வளவு ஆபாசத்தை ஆண்டவன் திருக்கதை என்பதிலே வேறு எந்தப் புலவனாவது, எந்த மொழியிலாவது கூறியிருக்கிறானா என்பதை யோசித்துப் பார்க்க வேண்டுகிறேன்.

சாதாரணக் கதையிலுங்கூட. கம்பர் கொட்டியிருப்பது போன்ற காமரசத்தை வேறு புலவர்கள் கொட்டக் கூசுவர், மெல்லிய தூசு அணிந்த அணங்குகளின் மறைவிடத்தை வேண்டுமென்றே வெளிப்படுத்த தமது ‘வித்வத்துவத்தை’ விரயம் செய்கிறாரே கம்பர்.

ஓர் மங்கை ஆடையை அகற்றிவிட்டு நிர்வாணமாக, ஊரை வலம் வரவேண்டிய நிலைமைக்குக் கவிதையாக இயற்றும் நிர்ப்பந்தம் ஓர் ஆங்கிலக் கவிக்கு ஏற்பட்டது. அவர், எவ்வளவு ‘நாசுக்காக’ ஆபாசமின்றி, அருவருக்கத்தக்க முறையின்றி கவிதை இயற்றியுள்ளார் என்பதனைக் கூறுகிறேன். கம்ப சித்திரங்களை

பிரதிஷ்டை செய்து பூஜிக்கும் கலாரசிகர்கள் சற்றே சிந்தனையைச் செலவிட வேண்டுகிறேன். இதோ அந்த செய்யுள் பற்றிய விபரம்:

இங்கிலாந்திலே வெண்ட்ரீ என்ற வட்டாரத்துக்குப் பிரபு ஒருவன் - பன்னெடுங் காலத்துக்கு முன்பு - மிக்க கடின சித்தம் படைத்தவன். தன் குடிகளுக்கு வரிமேல் வரி விதித்தான். மக்கள் தாங்கமுடியாத ஒரு வரியைக் கடைசியாகச் சுமத்தினான் கோவெனக் கதறினர் மக்கள். அவனோ மாளிகையிலே தனது நாய்களிடம் விளையாடிக்கொண்டிருந்தான். நாயுடன் விளையாடிக்கொண்டு மக்களை வதைத்து வந்த அவனுக்கு வாழ்க்கைப்பட்டிருந்த வனிதையின் பெயர் காடிவா என்பதாம். கதறும் மக்கள் சார்பாகக் கனிந்த உள்ளங்கொண்ட காடிவா, கணவனிடம் தூதுசென்று முறையிட்டாள்.

“மக்கள் கதறுகின்றனர், நாதா!”

“கதறுகிறார்களா? இதோ பார், இந்தக் கருப்பு நாய் ஆண் ஜதையுடன் விளையாடுவதை”

நாதா! தாங்கள் புதிதாக விதித்திருக்கும் வரியைக் கட்ட முடியாதாம். குழந்தை குட்டிகளோடு கோவென அழுகிறார்கள். இந்த வரி செலுத்தித் தீரவேண்டுமென்றால், மக்கள் மாள்வார்களாம்.

“மக்கள் - மக்கள்; அதேதானா பேச்சு? அவர்கள் பொருட்டு நீ ஏன் வீணாக அலைச்சல் படுகிறாய்? உன் சிறு விரலும் அவர் பொருட்டு வாடவிடாதே!”

“அவர்கள் படும் கஷ்டத்தைக் கண்ட பிறகு, அவர்களுக்காக எதை வேண்டுமானாலும் செய்து அவர்களைக் கஷ்டத்திலிருந்து மீட்க என் மனம் துணிகிறது.”

மனைவியின் இந்த முறையீட்டைக் கேட்ட அந்த மமதைக்காரன் என்ன சொன்னான்?

“அவர் பொருட்டு ஏதும் செய்யவல்லையோ?”

“ஆம்! எதுவுஞ் செய்யத் தயார்.”

“அப்படியா? நீ நிர்வாணமாகக் குதிரைமீதமர்ந்து, இந்த ஊரைச் சுற்றிவந்தால், வரியைத் தள்ளிவிடுகிறேன்.”

கயமைக் குணம் கொண்டவனின் இந்த மொழி கேட்ட மாது மனம் புழுங்கினாள். ஆனால் மக்களை நினைத்தாள். சரி!

நிர்வாணமாக ஊரைச் சுற்றி வந்தேனும், மக்களுக்கு நிவாரணம் உண்டாக வழி தேடுவது என்று தீர்மானித்துவிட்டாள். சேதியை முரசறைவித்தாள், நிர்வாணமானாள். குதிரை மீது அமர்ந்தாள். ஊரை வளம் வந்தாள். வரியும் தொலைந்தது. மக்களின் வேதனையும் ஒழிந்தது. இதுதான் கதை. இதனை ஆங்கிலக் கவி டெனிசன் பாடியிருக்கிறார். காடிவா என்ற தலைப்பிலே! கம்பதாசர்கள் ஒருமுறை அக்கவிதையைக் காண வேண்டுகிறேன். நிர்வாண கோலத்தைக் கவி எவ்வளவு நாசுக்காகக் கூறுகிறார் என்பது தெரியும். ஆடையைக் களைகிறார், ஆடை நெகிழ்கிறது; இதனைக் கவி சித்தரிக்கையில் கூறுகிறார்;

Unclasped the wedded
    Eagles of her belt
The grim earl's gift;

    * * *

    She linger'd looking
Like summer moon
    Half-dipt Incloud,

"இரும்பனைய நெஞ்சுடையோன் பரிசளித்த இடையணியைக் களைந்தாள். கணமொன்று கவலைகொண்டாள். முகில் மூடிய முழுமதிபோல் நின்றாள்" என்று கருத்துப்பட, மங்கை நிர்வாணமாவதை, ஆடை களைவதைக் கூறுகிறார் கவி. நிர்வாணமான பிறகு குதிரை மீதமர்ந்து மங்கை சென்றதைக் கூறுகையில், டெனிசன் கற்பெனும் ஆடை பூண்ட காரிகை, குதிரை மீதேறிச் சென்றாள் என்று கருத்துப்பட,

Then she rode forth,
clothed on with chastity.

என்று கூறுகிறார்.

ஓர் உத்தமி நிர்வாணமாக ஊரை வலம் வந்த கதையை ஓர் கவி - கலைவல்லவர். ஆங்கிலர் மட்டுமேயன்றி, அவனியில் வேறு பல நாட்டினரும் வியந்திடும் அளவு புலமை கொண்ட டெனிசன், இவ்வளவு நாகரீகமாக நாசுக்காகப் பாடியிருக்கிறார். இதனால் ஆங்கில நாட்டிலே கலைவளம் குன்றிவிடவில்லை. கவிதா ஊற்று வறண்டு விடவில்லை. 'பாவம்' பாழாகிவிட வில்லை. புலமை புகைந்து போகவில்லை, மொழிவளம் கெட்டுப்

போகவில்லை. இவ்வண்ணம் பாடினதால், டெனிசனைக் கவிதா விற்பன்னர் பட்டியலிலே சேர்க்கலாகாதென்று கூறும் மட்டியும் எவரும் இல்லை தோழர்களே!

கம்பர் இராம காதையிலே கொட்டியிருக்கும் காமரசத்தைக் காண்போர், கம்பரிடம் மட்டும் ஆடை கலைந்து அசுவமேறி ஊர் உலவிய உத்தமியின் கதையைப் பாடிட 'கண்டிராக்டு' விட்டிருந்தால், எவ்வளவு மலை மலையான ஆபாசத்தை அழகழகாகப் பாடியிருப்பார் என்பதைச் சற்றே சிந்தித்துப் பாருங்கள்! பிராட்டியின் உருவையே, நிர்வாணமாக்கிக் காட்டிடும் பெரும் புலவரின் கவிதைத் திறத்திடம், நிர்வாண நங்கை சிக்கியிருந்திருப்பின் என்ன நேரிட்டிருக்கும் என்பதை நினைக்கும்போதே நடுக்கம் பிறக்கிறது. டெனிசன் அனுசரித்த முறை, ஒழுக்கத்தையும் உயர்ந்த எண்ணத்தையும், தூய்மையையும், தோகையரின் மேன்மையையும் உணர்த்துமா. வாமமேகலை இற வளர்ந்த அல்குலை உடையவள் பிராட்டி என்று கூறிய கம்பரின் கவிதை முறை, இத்தகைய உயரிய எண்ணத்தைக் கிளப்புமா என்று கேட்கிறேன், புளித்த காடி தாகவிடாய் தீர்க்குமா, இளநீர் போக்குமா என்று கேட்கிறேன்.

புண்ணிலிருந்து (வடிவது) நாற்றமடிக்கும்: பூவிலிருந்து மணம் வீசும்! புலமை என்றால், புனிதமான எண்ணத்தைப் பக்குவமாகப் புகுத்த உதவ வேண்டுமேயொழிய மேலிட மறைவிட வர்ணனைக்குக் கருவியாக இருக்க வேண்டுமா, என்றுதான் நான் கேட்கிறேன். உண்மையிலேயே, ஒரு மங்கையின் சாமுத்ரிகா இலட்சணத்தை, அங்க அமைப்பை வர்ணிக்க டெனிசன் நிர்வாண கோலத்திலே இருந்த காடிவாவைப் பயன்படுத்தாதது புலமைத் தூய்மைக்கு இருப்பிடமாக இருத்தல் வேண்டும் என்ற காரணத்தால்தான். கம்பரோ, 'கண்டேன் கண்டேன்' என்று கூவி தமது கவிதையின் ஊற்று வறண்டு போகுமளவு அந்தக் காட்சியை, விதவிதமாகச் சித்தரிக்க முற்பட்டிருப்பார்! நான் மிகைப்படுத்திக் கூறுகிறேன் என்று எண்ணுபவர்கள் பட்டமிழந்த இராமன் காடு செல்லும் படலத்திலே; கம்பர் காமரசத்தை எவ்வளவு கலக்கியிருக்கிறார் என்பதைப் பார்க்கக் கோருகிறேன். வீணாகப் பதறிப் பயனில்லை; கலையை இப்படிக் குறை கூறுகிறானே என்று கதறிப் பயனில்லை - உள்ளது வெளிப்பட வேளை பிறந்துவிட்டது! என்ன செய்யலாம்!

"மக்கள் கதறினர்; மாடு கதறிற்று; பூவையர் கதறினர்; பூனை கதறிற்று; கல்லே கரைந்தது; மற்றதை என சொல்ல,

என்றெல்லாம் அயோத்தியிலே இருந்த சோகத்தை வர்ணிக்கிறார். புலமைக்கு ஏற்றதே அவர் உரை! சோகரசத்தைத் தெரிவிக்கும் கவிகள் நேர்த்தியாக இருக்கின்றன. ஆனால் சோக பிம்பமாக உள்ள மாதரைப் பற்றிக் கூறாமல் விட்டாரா? எப்படி அவர் விடுவார்; சரி கூறட்டும் மாதரின் விழி நீர் சோர்ந்திருந்ததை, கூந்தல் புரண்டதை, ஆடை நெகிழ்ந்ததை அணி கழன்றதை, அது போதாது என்றுதான் செவிலியர் தொடையில் தூங்கிய மங்கையரைப் பற்றிக் கூறி, அந்தச் செய்யுளிலே தெங்கின் குரும்பை, தாமரையின் அரும்பு என்ற இரு அடைமொழிகளை அவர் அர்ச்சிக்கும் மேலிடத்துக்குச் சூட்டி மகிழ்கிறார். அதோடும் விட்டாரா? இல்லை! மறைவிடத்தையும் மறைத்தாரில்லை!

டோஸ் நெ. 9

"கலை மணம் கமழ வேண்டுமானால் கம்பன் கட்டாயம் நமக்குத் தேவை" என்று திட்டமாகத் தோழரொருவர் கூறுகிறார். அவர் பல பாடல்களைப் படித்து ரசித்தவர். ஆகவே அவருக்கு ஏன் நாம் கம்பர் பாடிய நூலைக் கண்டிக்கிறோம் என்பதைக் கூறவேண்டிய அவசியம் ஏற்படுகிறது. அவர் என் நண்பர். ஆகவே அவரை நான் காடுமேடு அழைத்துச் சென்று கஷ்டப்படுத்த விரும்பவில்லை. மேலும் அவர் கலாரசிகரானபடியால் ஆங்கு செல்வது சிரமம். அவரை நான் நாலு தடாகங்களுக்கு அழைத்துச் செல்கிறேன். குளத்தோரமாக நடந்துகொண்டே, ஏன் கம்பர் மீது குறை கூறுகிறோம் என்பதைப் பேசினால் அவருடைய மனமும் குளிரும்; நமது நிலையும் தெளிவுபடும், நீங்களும் வாருங்கள் பொழுதுபோக்காகவும் இருக்கும்; பாடமும் கிடைக்கும்.

நாலு தடாகங்களிலே, இரண்டு நிடத தேசத்திலுள்ளவை; ஒன்று அயோத்திக்கும் மிதிலைக்கும் இடையே உள்ளது; மற்றொன்று கிராமியத் தடாகம்.

அதிவீரராம பாண்டியன், பொதுவாகப் பலவித ரசங்களும் செறிந்திருப்பினும், சிருங்கார ரசமெனப்படும் காமச்சுவை அதிகமாகச் செறிந்ததாகவே, நைடதம் என்ற நூலை இயற்றினான். ஆசிரியர் ஓர் மன்னர். மங்கையரின் மதுர மொழியின் இனிமையையும், சரசத்தின் சாற்றையும் பருகிப் பழக்கப்பட்டவன்; எத்தனையோ மின்னல் கொடிகளை, மேனி மினுக்கிகளை,

கீத மொழிகளை, மான் விழிகளை, மலர் முகவதிகளைக் கண்டுகளிக்கும் வாய்ப்பு, மற்றக் கவிகளைவிட அதிவீரராம பாண்டியனுக்கு அதிகமாகத்தானே இருந்திருக்க வேண்டும்; வெறும் கற்பனையை மட்டுமே நம்பிக் கவிபாட வேண்டிய அவசியம் அவனுக்கு இல்லை. எழிலிடை மாதர், அவன் இணைவிழி காட்டும் குறிப்பறிந்து நடக்கக் காத்துக் கிடந்திருப்பார்.

எனவே அவன் அந்தச் சுவையை அழகுறக் கவிபாட அனுபவத்தைத் துணைகொள்ள முடியும். மன்னவன் என்ற நிலை மட்டுமல்ல! அவனுடைய குணமே காமக்கவி பாடுவதற்கேற்றது என்பதாகக் கதையும் கூறுவர். பொன்மேனியும், தாமரை முகமும், முத்துப் பற்களும், பவழ இதழும், இன்ன பிறவும் அமையப் பெற்றுப் புன்சிரிப்பால் போரிட்டுப் போகக் களத்திலே சலிக்காதிருக்கக்கூடிய சரசியாகத் தேடித் தேடிப் பார்த்துத் தன் உறவின் முறையிலே அத்தகைய இலக்கணங்களுடைய உல்லாசி கிடைக்கப் பெறாததால், வேறு குலத்திலே பெண்கொண்டான் என்றோர் கதையும் உண்டு, இது கட்டிவிட்டதாக இருக்கக்கூடும்; ஆனால் அவனுடைய குணத்தை, அதாவது மன்னனின் மனம் மங்கையர் ஆராய்ச்சியிலேயே அதிகமாகப் படிந்திருந்தது என்பதை விளக்கவே இப்புனைந்துரை ஏற்பட்டிருக்க வேண்டும்.

இத்தகைய மன்னன், தன்னையொத்த வேறோர் மன்னன் கதையை, அதாவது நளச் சக்கரவர்த்தியின் கதையைப் பாடினான். காரிகையரின் காம லீலைகளைக் காண்டம் காண்டமாகக் கவியாக்கக்கூடிய அனுபவ அறிவும் இருந்தது அவனுக்கு. அவ்விதம் பாடிட 'நைடதம்' இடங்கொடுக்கக்கூடிய நூலே. ஏனெனில் முற்றுந்துறந்த முனிவர்களும், கற்றுத் தெளிந்து காடேகியவர்களும் உய்ய, உலக மாந்தர் படித்தும், படிக்கப் பக்க நின்று கேட்டும் புண்யம் பெறவேண்டுமென்று எழுதப்பட்ட தேவக்கதை அல்ல; ஒரு தேசத்து மன்னன் கதை, ஆண்டவன் அவதாரத்தின் அருமை பெருமைகளை அவனியோருக்கு உரைத்து, நீதிகள் புகட்டி நேர்மையின் தன்மையைத் தீட்டிக் காட்டித் திருவருளைக் கூட்டுவிக்கும் புண்ய சரிதமல்ல; சாதாரண அரசனின் அவதியை விளக்கும் கதை.

அதிலே, 'அருக்கு மங்கையரின் மலரடி வருடி, கருத்தறிந்த பின் அரசிலை தடவிடும்' ஆடவரைப் பற்றியோ அந்தப்புற லீலைகளைப் பற்றியோ, எவ்வளவு வேண்டுமானாலும் எழுதலாம், பொருந்தும். மதுக்கடையிலே மகேஸ்வர வணக்கமும்,

மகேஸ்வரன் கோயிலிலே மதுப் பிரசாதமும், பொருத்தமுடையதாக இருக்கமுடியுமா? அதுபோலவேதான், தேவ கதையிலே, தெளிவற்ற மக்கட்கும், தெய்வீகத்தின் தன்மையைத் தெளிவாகத் தீட்டிக் காட்ட எழுந்த சரிதைகளில் காமச்சுவையைக் கலக்கிவிடுவது கூடாது; கலக்கினாலும் ஒரு அளவு இருக்க வேண்டும்; வரையறை இருத்தல் வேண்டும்; நேரடியாகப் பள்ளி அறைக்கே வாசகர்களை இழுத்துச் சென்று, "ஆழ்ந்து பார்; கூர்ந்து பார், என்று அடுக்கடுக்காகக் கூறுவது அடாது. இவ்வளவு கூறிவிட்டு, இடையிடையே "எம்பெருமான் திருவடிகளே சரணம்" என்று இறைஞ்சினால் அது வெறும் இரைச்சலாக இருக்க முடியுமே தவிர இன்னருளைக் கூட்டுவிக்காது என்பதே என் போன்றோரின் கருத்து.

நைடத நூலாசிரியர், இந்த 'வரம்பு' கடவாமல் பாடியிருக்கிறார். கம்பர்போலக் காடு மேடு சுற்றிவரவில்லை. இதன் பயனாக அவனுடைய கவிதாத் திறம் பாழ்பட்டுப் போய்விடவுமில்லை. காதல், தாபம், ஊடல், கூடல், சந்திரனைப் பழித்தல், தென்றலை இகழ்தல், மன்மதனைக் கடிந்துரைத்தல், மாலை கண்டு மருளல் எனும் இன்னபிற காமச்சுவைக்குரிய இலக்கண அமைப்புக்களை அவர் விட்டுவிடவில்லை; ஒழுங்காக ஒன்றுவிடாமல் பாடித்தான் இருக்கிறார், என்றாலும்கூட, அந்த வரம்பு கடவாது இருக்கிறார், கம்பரின் கலையிலே அந்த எல்லைக் கல்தான் இல்லை. கொஞ்சமும் இல்லை. அவர் அன்று பாடிவிட்டுப் போக, அந்தப் பாடல்களிலே உள்ள 'அந்தப்புற விளக்க ரசங்களை' நமது இயக்கத்தவர் எடுத்துக்காட்டிப் புண்ணிய கதையிலே இது இருக்கலாமா. இது தேவ ரசமாகுமா, இந்த ரசங்களிலே இலயித்துவிட்ட பிறகு மக்கள் இராமரசம் தேடுவரா, என்று கேட்கவே இன்று கம்பனின் கல்லறைக்குக் காவலராக உள்ள கலாரசிகர்கள், 'கம்பனின் பாடல்களிலே இன்னின்ன இடத்திலே வளைந்துவிட்டது; வேறோர் கரம் பட்டதால் இன்ன இடத்திலே ஒடிந்தேவிட்டது, இந்தக் கவிதைகள் கம்பர் பாடியதே அல்ல' என்று கூறவும், திருத்தவும், ஒட்டிக் காட்டவும், வெட்டித் தள்ளவும், சலித்தெடுக்கவும், பொறுக்கு மணிகளைச் சேர்க்கவுமா மனநிலைமை உண்டாகிவிட்டது.

இந்த 'உரிமை' இக்கலாரசிகர்களுக்கு உண்டோ இல்லையோ, நமது கவலை அதுவல்ல. உண்டென்று எண்ணுவோர், கலனான கவிதைகளைத் திருத்தட்டும் இல்லை என்று எண்ணுவோர் 'நில்லடா! உனக்கு இந்த உரிமை ஏதடா? பதில் சொல்லடா!'

என்று பரணி பாடட்டும், நாட்டிலே நாம் காணும் நானாவிதமான வேடிக்கைகளிலே இது ஒன்று; நமக்கென்ன, பார்ப்போம். ஆனால் இவர்களை இந்த நிலைக்குக் கொண்டுவந்தது எது? 'கம்பன் கவிதையானால் என்ன? இராம காதையாக இருந்தால் என்ன? கேடு இருந்தால் களைந்தெறி? குப்பை இருந்தால் கூட்டித்தள்ளு! இழுக்கு இருந்தால் எடுத்து எறி? தீது தருமானால் தீயிலிடு!' என்று நாம் கூறுவதுதான். மற்றும் சில புலவர் பெருமக்கள், கம்பனைக் காப்பாற்றும் பணி தமது என்று கருதிக்கொண்டு, கவிதையைப் பதம் பிரிப்பதிலும் "பதங்களில் இங்கே ஓர் தேய்வு ஏற்பட்டுவிட்டது; இங்கே நடை குறைந்திருக்கிறது" என்று சில பல கூறிப் "பொருள் இதுவல்ல, வேறுண்டு வேறும் உண்டு" என்று கூறுகின்றனர்.

இப்படிக் கூறும்போது இத்தகையவர்களின் புலமையைக் கண்டு நமக்கு மதிப்பு உண்டாகிறது என்றபோதிலும், இவ்வளவு அறிவும், இத்தகைய திரைவிடு வேலைக்குப் பயன்படுகிறதே என்பதைக் எண்ணும்போது பரிதாபம் ஏற்படத்தான் செய்கிறது. கடைவீதியிலே கனி விற்பவன், அழுகிய பாகத்தை அறுத்துப் போட்டுவிட்டு, மிச்சமுள்ள பாகத்தின் மதுரத்தைப் புகழ்ந்துரைத்துக் கிடைத்த வரையிலே கிடைக்கட்டும் என்று பார்க்கிறானே, அதுபோல ஒரு சாரரும், சாம்பிள் பழம் இனிப்புத் துண்டாகக் கொடுத்துப், புளிக்கும் பழங்களைக் கூடையிலே நிரப்பிக் கொடுத்து விடுகிறானே, அதுபோலச் சிலரும் கலை வியாபாரம் செய்கின்றனர். கனியின் தன்மையல்ல வியாபாரத்தின் காரணம், விற்பவரின் சமர்த்து!

இங்ஙனம் ஓட்டை ஒடிசலைத் தட்டி நிமிர்த்திக் கொடுப்பவரும் முலாமிடுவோருங்கூட, ஏதும் செய்யமுடியாது தலையைக் கீழே தொங்கவிட்டுக் கொள்ளக்கூடிய கவிதை களையும் கம்பர் தைரியமாகப் பாடித்தான் இருக்கிறார்.

அதிவீரராம பாண்டியன், மாதர்களை வர்ணிக்கிறபோது அந்தந்த நிலைக்கு ஏற்றபடி மாதர்களை வர்ணிக்கப் பார்க்கிறோம். தடாகத்திலே தையலர் நீராடுவர்; அதுபோது தாமரைக்கும் அவர்கள் முகத்திற்கும் மாறுபாடு காணாமல், வண்டுகள் மயங்கும்; குவளைக்கும், கோமளவல்லிகளின் கண்களுக்கும் மாறுபாடு காணாது வண்டுகள் மருளும் என்று அதிவீரராம பாண்டியன் பாடுகிறார். இந்த அளவோடு, அதாவது வண்டுகள் பெண்டுகளைக் குளங்களிலே கண்ட அளவோடு நிறுத்திக்கொள்கிறார். ஒரு

வரம்பு இருக்கட்டும் என்பதற்காக, அதே விதமான நிலைமையில் கம்பர் தீட்டும் கவிதைகளைப் பாருங்கள், நுண்பொருள் விளக்கம் எவ்வளவு! விளக்கம் உரைத்தலோடு விடுகிறாரோ? ஆடவர் அக்காட்சியைக் காண்பதையும் அந்த அந்த நேரத்தில் அவ்வாடவர் கொண்ட கருத்துக்களையும், அந்தக் கருத்துக்களால் அவர்களின் சிரமும் கரமும் படும்பாட்டையும், 'குளோசப்' எடுத்துக் காட்டாவிட்டால் கம்பருக்குத் திருப்தி ஏற்படுவதில்லை.

ஏன் இந்த வர்ணனைகளை அவர் இராம பூஜைக்குரிய சஹஸ்ரநாம அர்ச்சனை என்று எண்ணுகிறாரோ! பரிதாபத்துக்குரிய மக்கள் இவ்வளவு ரசங்களையும் கடந்தல்லவா இராமரின் பெருமையைத் தெரிந்துகொள்ள முடியும்! இதற்குள் அவர்கள் அலுத்தே போய்விடுவார்களே!

கம்பர் கையாண்ட அதேவிதமான நிலைமைகளையும் கூட நைடத நூல் ஆசிரியர், ஒரு வரம்பு கட்டியே புகழ்கிறார். தாம் எடுத்துக்கொண்டது சாதாரண அரசன் கதை என்ற போதிலுங்கூட, ஓடத்திலேறிச் சென்ற மாதர்மீது நீர் விழுவதால், மறைவிடம் தெரியலுற்ற சம்பவமொன்றைக் கம்பர் காட்டினாரல்லவா? அந்த மறைவிடம் தெரியலுற்றதும், ஓடத்திலிருந்த ஆடவர், களைப்பு நீங்கிக் களிப்புக்கொண்டனர் என்று பாடுகிறார் கம்பர். எந்த ஆடவனும், அத்தகைய நிலையிலே, கூர்ந்து நோக்கிக் குளிர் மனமானான் என்று பண்பு விளக்கத்தைப் பெரிதென்று கருதும் எந்தக் கவியும் பாடமாட்டார். கம்பருக்கும் பண்பு விளக்கத்திலே இருந்த ஆர்வத்தைவிட மங்கையரின் மேலிடமறைவிட விளக்கத்திலே இருந்த மோசு அதிகம். ஆகவேதான் காணக்கூடாத இடத்தைக்கண்ட ஆடவர் களி கொண்டனர் என்று பச்சையாகப் பாடுகிறார். ஏககாலத்திலே பகவான் திருஅவதாரம் செய்த அயோத்தியிலே மக்களின் மாண்பு, மறைவிடத்தைக் கண்டு மகிழும் அளவு பட்டுப் போய்விட்டது என்பதும், மூடியிட்டு விட வேண்டிய சம்பவத்தைத் துளியும் தங்குதடையின்றி விளக்கும் அளவு, கம்பரின் காமச்சுவை உணர்வு இருந்ததென்பதையும் நாம் உணருகிறோம். கடவுட் காதையிலே இக்காட்சியா என்று கேட்கிறோம்.

ஆடவர்தான் ஏதோ காமத்தால் கயவராயினர்; மாதர்கள் எப்படிப் பொறுத்துக்கொண்டனர்? எப்படிப்பட்ட சரசியும் இப்படிப்பட்ட ஆடவரின் பார்வையைச் சகித்துக்கொள்ள மாட்டார்களே! உத்தம இராமனின் பிறப்பிடமான அயோத்தி வாழ் மாதர்கள், எப்படிச் சகித்துக்கொண்டனர்? ஆடவர்

பார்த்தனர், ஆரணங்குகள் அருவருப்படைந்தனர், என்றாவது கம்பர் பாடியிருக்கக் கூடாதா? காரிகையர் மீதேனும் களங்கம் படியாதிருக்கட்டும் என்ற தூய எண்ணங்கொண்டு? இல்லையே! இதைவிட அரிய சந்தர்ப்பம் கிடைத்திருக்கிறது, அதிவீரராம பாண்டியருக்குத் தடாகத்திலே பெண்கள் நீர் விளையாடு கிறார்கள். அக்காட்சி நடைபெற்றுக்கொண்டிருக்கும் போது, நளன் அவ்வழியே செல்கிறான்! இந்த 'வாய்ப்பு' கிடைத்துவிட்டால் இராமனே தடுத்தாலும், அனுமனே குறுக்கிட்டாலும் கூடக் கம்பனைத் தடுக்க முடியாது! நைடத நூல் ஆசிரியர், கட்டுக்கு அடங்குகிறார். பண்புக்குப் பழுது ஏற்படக்கூடாது என்பதற்காகக் குமரிகள் குளத்திலே நீராடும் நேரத்திலே, அந்த இடத்திலே நளன் செல்லுதல் எங்ஙனம் பொருந்தும்? ஆடவனொருவன் தாம் நீராடுவதைக் கண்டால் நங்கையரின் மனம் புண்ணாகாதா? அவர்களின் பண்பும் கெடாதா? நளன் அக்காட்சியைக் கண்டது நங்கையருக்குத் தெரிந்ததாகக் கூறலாமா? இருசாராரின் மனப்பாங்குமன்றோ இழுக்குடைய தாக ஏற்பட்டுவிடும்? இதற்கு மேலும் யோசிக்கிறார்.

கவி கம்பனால், இவ்வளவு யோசனை இந்தப் பிரச்சினைகளிலே சென்றிராது. எதை எதை எதற்கு ஒப்பிடலாம் என்ற யோசனையிலே ஆழ்ந்து விடுவார்: அதிலிருந்து அழகான கருத்துக்கள் கிளம்பிவிடும்; காமரசம் ஊற்றெனக் கவிதா உருவிலே பெருகும்.

அதிவீரராம பாண்டியன், அந்தக் காட்சியைப் பண்புடன் பாடுகிறார். மங்கையின் மேலிட மறைவிடம் தடாகத்திலே நீராடும் நேரத்திலே தெரிவது இயல்பு; இதனையும் அவர் இயல்புக்கு மாறாகக் கூறவில்லை. ஆனால் அதே நேரத்தில் நளனின் நற்பண்புகளுக்கு இழுக்கு நேரிடாதபடியும் பாதுகாத்து விடுகிறார். எந்தக் கவியானாலும், தானெடுத்துக் கொண்ட 'நற்பாத்திரங்களை' இழுக்குச் சூழாவண்ணம் பாதுகாத்திட வேண்டாமா? அதற்காகவே அதிவீரராம பாண்டியன், நளன், நீராடும் நங்கையரைக் கண்டபோது என்ன நிலையிலே இவன் இருந்தான் என்பதை விளக்க ஒரு சம்பவத்தைக் கூறுகிறார்.

நளன் நங்கையரைக் கண்டானே தவிர, நங்கையர் எவரும் நளனைக் காணவில்லை! அவர்கள் நீராடுவதிலேயும் ஒருவரோடொருவர் விளையாடிக் கொண்டிருப்பதிலேயுமே கவனம் செலுத்தினர் போலும் என்று கூறுகிறாரா? அதுவுமில்லை. சுற்று முற்றும் பார்த்தாலும், நங்கையர் கண்களுக்கு நளன்

தெரியமாட்டான்!! யார் கண்களுக்கும் தெரியமுடியாதபடி உருவை மறைத்துக்கொண்டு, செல்கிறான் நளன்.

தமயந்தியின் திருநகரிலே, அரசிளங்குமரிக்குச் சுயம்வரம். மன்னர்கள் பலர் வருகின்றனர். தமயந்தியிடம் காதல் கொண்ட நளனும் வருகிறான், தேவர்களும் வருகின்றனர். இந்திரன் தமயந்தியிடம் சென்று தன்னை மணம் புரிந்து கொள்ளும்படி சொல்லுமாறு, நளனையே தூதனுப்புகிறான். "அடியேன் எங்ஙனம் அந்தப்புரம் செல்வது! அனுமதியார்களே!!" என்று நளன் விளம்ப, "கவலை வேண்டாம். யார் கண்களிலும் நீ தெரியமுடியாதபடி உன் உருவை மறைத்துக்கொண்டு செல்லும் மந்திரத்தைக் கற்பிக்கிறேன்" என்று இந்திரன் கூறுகிறான்; அந்த மந்திரப் பலனால், நளன் யார் கண்களிலும் படாமல் போகிறான். அந்த நேரமாகப் பார்த்துத்தான் நைடத நூலாசிரியர், நீர் விளையாடும் நங்கையரை நளன் கண்டதாகக் கூறுகிறார். -

"யாவர்க்குங் கட்புலனால் உருக்காண்கிலாத ஓர்
நுட்ப நூல் விஞ்சையை நுவன்றிட்டான்"

அதாவது, "எவர்களும் கண்ணால் உருவத்தை அறிய முடியாததாகிய, நுண்ணிய நூலிலே சொல்லப்பட்ட மந்திரத்தைச் சொன்னான்" என்ற பகுதியை முதலிலே கூறிவிட்டுப் பிறகுதான், தார் வேந்தனைக் கார்நிறக் கூந்தலார் குளிக்குமிடத்திலே நின்றதாக ஆசிரியர் காட்டுகிறார், எவ்வளவு வரம்பு பாருங்கள்!

தெளிந்த நீரே துகிலை நனைத்து, மறைவிட ஒளியை புறத்து அளித்துவிட்டதாமே, கம்பனின் ஓடமேறிய மாதர் காட்சியின்படி, நீரிலே மூழ்கி விளையாடிக்கொண்டிருந்த நங்கையரின் நிலை எவ்வண்ணம் இருக்கும்! இங்கும் அதுதான்! ஆனால் என்ன சொல்கிறார் கவி. நளன் 'நாமோ யார் கண்களிலும் தென்படமாட்டோம். நமது கண்களுக்கோ எல்லாக் காட்சிகளும் உள்ளது உள்ளபடி தெரியும். இங்கோ அழகிய மாதர்கள் நீராடுகிறார்கள்! அங்க தரிசனம் தங்குதடையின்றிக் கிடைக்கிறது! அரிதரிது. இதுபோலச் சந்தர்ப்பம் கிடைப்பது! ஆகவே இங்கேயே நிற்போம், இன்னும்பல காண்போம் களைப்பு நீங்க, களிப்பு பொங்க,' என்று எண்ணினான் நளன், என்பதாகக் கவி கூறினாரா? அல்லது அத்தகைய எண்ணம் அவனுக்கு உண்டானது போலும் என்று நூலைப் படிப்பவர்கள் சந்தேகிக்கக்கூடிய விதத்திலே ஏதேனும் உரைத்தாரா? போகட்டும்; கண்டான் களிகொண்டான்

என்றாவது கூறினாரா? அயோத்தி ஆடவர், மாதரின் மறைவிட ஒளி புறத்தளித்தும், அயர்வு நீங்கினர் என்று கம்பர் சொன்னாரே, அதுபோல அதிவீரராம பாண்டியன் கூறுகிறாரா? இல்லை! இல்லை! தற்செயலாக இக்காட்சியைக் கண்டான் காவலன்; கண்டதும், 'காணக் கூடாததைக் கண்டுவிட்டோமே' என்று கருதி கண்களை மூடிக்கொண்டான் என்று கூறுகிறார்.

கண்களை மூடிக்கொண்டான் என்றால், வெறும் பாவனைக்கு மூடிக்கொண்டானா? இல்லை, உண்மையிலேயே, சில வைதீகர்கள் கண்களை மூடிக் கிடப்பதுபோல குளத்தருகே அமர்ந்துகொண்டு, அங்கு வந்து போகும் அரிவையர்மீது கடைக் கண்ணைச் செலுத்துகின்றனரே அதுபோல நளன் நயனங்களை மூடினதுபோல பாசாங்கு செய்துவிட்டு, கொஞ்சம் 'ஓரப்பார்வை', செலுத்தினானா? இல்லை, இறுக மூடிக்கொண்டான். மங்கையரின் நிர்வாணக் கோலத்தைத் தான் பார்த்தால், அந்நிலையிலே தன்னை வேறு யாரேனுமோ, மங்கையரோ கண்டுவிட்டால், கேவலமாகக் கருதுவார்களே என்று அஞ்சிச் சுற்று சார்புக்கு பயந்து கண்களை மூடினானா? இல்லை. மற்றவர்கள் என்ன பண்ணுவார்களோ என்று பயந்தல்ல அவன் கண்களை மூடிக்கொண்டது; அவனுடைய மனமே அவனுக்கு இடந்தரவில்லை. இதுவல்லவா பண்பு! நளன் கலைவல்லோன், நற்பண்புக்கு உறைவிடம், நாடாளும் மன்னன்; எனவே அவன் நிர்வாண நங்கையரைக் கண்டான், களித்தான் மேலும் சில நேரம் கண்டான், என்று கூறலாகாது என்ற வரம்புக்குக் கவி அதிவீரராமர் கட்டுப்பட்டார்.

"மலர்பயில் வாவிதோய் மாதர் நுண்துகிலை புனனனை தலு மல்கு றோன்றலால் கலைவலான் கண்முகிழ்த் தேகக் காண்குறான் முலை முகடமூந்துற வொருத்தி முட்டினாள்"

இது செய்யுள், பொருள் விளக்கத்துக்காக இதோ அதனைப் பிரித்துக் காட்டுகிறேன்;

மலர்பயில் வாவிதோய் மாதர் நுண்துகில் அலை புனல் நனைதலும் அல்குல் தோன்றலால் கலைவலான் கண் முகிழ்த்து ஏக காண்குறான் முலை முகடு அழுந்துற ஒருத்தி முட்டினாள்.

கருத்தைக் கவனியுங்கள், நீர் நிலையிலே நிர்வாணக் கோலத்திலே நங்கையர் இருக்கக்கண்ட நிடத தேசாதிபதி கண்களை மூடிக்கொண்டு நடக்கலானான்; அந்த நேரத்திலே நீராடி வெளிவந்த நீல விழியாள், நளன் தெரியாததால், அவன்

மீது மோதிக்கொள்கிறாள். மேலிடம் நளனுடைய மார்பிலே அழுந்தும்படி இது பொருள். செய்யுளை இங்ஙனம் அதிவீரர் இயற்றியதின் உட்பொருளைக் காணுங்கள். யார் வருகிறார்கள். யார் போகிறார்கள் என்பதுகூடத் தெரியவில்லை நளனுக்கு, அவ்வளவு இறுக மூடிக்கொண்டான் கண்களை. அதுமட்டுமல்ல தடாகத்தருகே கண்களை மூடியவன், இரண்டடி எடுத்து வைத்த உடனே திறந்துவிடவுமில்லை, இங்கே இதுபோன்ற காட்சிகள் பல இருக்கக்கூடும் என்று ஐயுற்றுக் கண்களை மூடிக்கொண்டே நடக்கலானான். அவ்வளவு பண்பு விளக்கம் செய்கிறார் கவி. அதுமட்டுமல்ல நளன் மீது மோதிக்கொண்ட மாதரைப் பற்றிக் கவி அமைத்திருக்கிற பதத்தைக் கவனியுங்கள். முட்டினாள், முட்டுவது எது? மிருகத்தனமான செயல் அது என்பதைக் கவி நாம் உணர வேண்டுமென்பதற்காக முட்டினாள் என்று கடுமையான பதத்தைப் புகுத்திக் கவிதையை முடிக்கிறார். இதே நிலையில் கம்பரை ஏவிப்பாருங்கள்; பத்துப் பாடலாவது பாடாவிட்டால் அவருடைய மனம் அமைதி அடையாது என்று நிச்சயமாகக் கூறலாம்,

என் சொல்லிலே உங்கட்கு அவ்வளவு நம்பிக்கை ஏற்படாமல் போகக்கூடும். எனக்குத் தடையில்லை தோழர்களே, அதேவிதமான நிலைமையில் கம்பர் எப்படிப் பாடியிருக்கிறார் என்பதைக் காட்ட அடிக்கடி, நீராடும் துறைக்குச் சென்று நிர்வாண நளினிகளைக் காண்பது கூடாதே என்று பண்பு கூறுகிறது; பாவாணர்கள் நம்மீது பூட்டும் பாணங்களோ, இவர்தம் குட்டுகளை வெளியாக்க வேண்டுமே என்ற துடிப்பைத் தருகிறது. ஆகவே உங்களுக்கு மீண்டுமோர் முறை அழைப்பு தடாகத்துக்கு; தத்தை மொழிச்சியார் நீராடும் இடத்துக்கு. இது அயோத்தி மாதர்கள் நீராடிய இடம், மிதிலையிலே வில் முறிந்தது; ஜனகனின் சொல் வென்றது; இராமனுக்குச் சீதையைத் திருமணம் செய்துதரத் தீர்மானித்த மிதிலை மன்னன் அயோத்தி அரசனுக்கு இந்த நற்செய்தியைக் கூறி அனுப்ப, தசரதன் களிப்புடன் மிதிலைக்குப் புறப்பட்டான். பட்டத்தரசிகள் புடைசூழ, அவர்தம் பாங்கியர் உடன்வர, மற்றும் மந்திரி பிரதானியரும் எல்லாக் காவல் புரிவோரும் படைவீரரும் உடன் தொடர. மிதிலை செல்லும் வழியிலே, ஒரு சோலை, அங்கு தங்கினர். இளைப்பாற அங்கோர் பொய்கை; அதிலே புனல் விளையாடப் புகுந்தனர் பூம்பாவைகள். சிந்தனையைச் செலுத்திப் பார்க்க வேண்டும் கம்பதாசர்களே! நளன் கண்ட நீராடும் மாதர், புனலாடுகையில் காமவேட்கை உடையவர்களாகவோ, சேட்டை

செய்ததாகவோ கவி கூறவில்லை. தற்செயலாக அதைப் பார்க்க நேரிட்ட நளனும், நின்ற இடமே தங்கிப் பார்த்துப் பூரித்தான், காமுற்றான் என்றும் சொன்னாரில்லை. அயோத்தி ஆடவரும் மகளிரும் கம்பசித்திரத்திலே காணப்படும் விதத்தைப் பாருங்கள். மகளிர் நீராடினர் என்று அதிவீரராம பாண்டியன் கூறினார். கம்பருக்கோ இந்த அளவு திருப்தி தருவதாக இல்லை. ஆகவே அவர் ஆடவர் கண்டனர், களித்தனர், சிலர்கூட நின்று புனலாடினர் என்று பாடியிருக்கிறார். விளக்கு இருக்குமிடத்திலே ஒளி இருக்க வேண்டும். அதுபோலவே ஆடவர் இடத்திலே அணங்குகள் இருக்க வேண்டியது அவசியம் என்பது போலும் கம்பர் கருத்து.

'குடைந்து நீராடும் மாந்தர் குழாம் புடைசூழ வாழித் தடம்புயம் பொலிய வாண்டோர் தார்கெழு வேந்தனின்றான்' என்று மகிழ்ந்து கூறுகிறார் கம்பர். பாலகாண்டம் புனல் விளையாட்டுப் படலம், 12வது செய்யுளிலே, குடைந்து நீராடும் மாதர் குழாம் - நீரிலே மூழ்கி விளையாடும் மாதர் கூட்டம்,

புடை சூழ - தன்னைச்சுற்றி நிற்க; ஆழி தடம்புயம் பொலிய - வட்ட வடிவமான தோள்வளை அணிந்த பெரிய புஜங்கள் அழகு பெறுமாறு; தார் கெழு - மாலையணிந்த, ஓர் வேந்தன் - ஒரு மன்னன், நின்றான் - நின்றிருந்தான்.

தசரதனுடன் வந்த மன்னன், கல்யாண வீட்டுக்குப் போகுமுன், சோலையிலே மாலையிலே மையல் கொண்டதாலே, மாதர் பலர் நீரில் நிற்கத் தானும் நின்றானாம். நால்வகைப் படை சுற்றிநிற்க மன்னர்கள் நிற்பதாகக் கவி கூறினால், அக் கதையைப் படிப்போர் எழுச்சி பெறக்கூடும். எதிரிகள் சுற்றி நின்றனர். இவன் நடுவே நின்றான் என்று கவிபாடினால் படித்திடும் கோழையும் வீரனாவான். மந்திரி பிரதானியர் புடை சூழ மன்னவன் இருந்தான் என்று கவிபாடினால் கேடொன்றுமில்லை; ஆட்சி ஒழுங்காக இருந்தது என்றேனும் எண்ணலாம். கம்பன் காட்டும் மன்னன், நீராடும் மங்கையர் புடைசூழ நிற்கிறான்! என்ன நேர்த்தி! இதுவா கீர்த்திக்கு ஆதாரம்?

கற்புடை மாதரின் மனப்பாங்கு எவ்வளவு தூரம் உச்ச நிலையில் இருக்க முடியும் என்பதை எடுத்துக் காட்ட வேதநாயகம் ஓரிடத்தில் ஒரு கற்பனைத் தம்பதிகளின் காதையைக் கவிதை உருவிலே காட்டுகிறார்.

ஓவியக்காரனொருவன் அழகிய சித்திரம் தீட்டினான். அதை வந்து பார்க்கும்படி தன் இல்லக்கிழத்தியை அழைக்கிறான் கணவன். உரையாடல் நடக்கிறது.

“அது என்ன சித்திரம்?” “அற்புதமானது, வந்து பாரேன்.” “ஆணா, பெண்ணா?” “ஏன்? ஆடவனின் ஓவியந்தான், வா, பார்க்கலாம்.” “ஆண் சித்திரமேல் நான் பாரேன்.”

“பைத்தியமே ஆண் சித்திரமல்லடி, ஆண் சித்திரமல்ல; அழகான பெண்ணின் ஓவியம். வா, போய்ப் பார்ப்போம்.”

“ஊஹூம் வரமுடியாது. நீரும் போகக்கூடாது. பாவையர் தம் உருவமெனில் நீர் பார்க்க மனம் பொறேன்.”

“ஆடவனாயின் நான் காணேன்; பெண்ணெனில் நீ போய்ப் பாராதே, நீ எனக்கு, நான் உனக்கு” இப்படி இருக்கிறது வேதநாயகத்தின் குடும்பப்பண்பு, தீட்டும் முறை.

“ஓவியர் நீள் சுவரெழுதும்
ஓவியத்தைக் கண்ணுறுவான்
தேவியை யாம் அழைத்திட ஆண்
சித்திரமேல் நான் பாரேன்
பாவையர் தம் உருவமெனில் நீர்
பார்க்க மனம் பொறேனென்றாள்
காவிவிழி மங்கையிவள்
கற்புவெற்பின் வற்புளதால்”

அறிஞர் வேதநாயகம் தமது கவிதை மூலம் நாட்டவருக்கு அறிமுகப்படுத்தி வைக்கும் ‘தேவி’யுடன், ஆடவருடன் சேர்ந்து தடாகத்திலே நின்றுகொண்டிருந்தனராமே அயோத்தி நகரத் ‘தேவிகள்’ அவர்களை ஒப்பிட்டுப் பாருங்கள்! கம்பனின் ‘பண்பும்’ அதன் மூலம் உங்கட்கு விளங்கும்.

மாதரும் ஆடவரும் ஒரே தடாகத்திலே நின்று குளித்திடும் ‘ராச லீலை’ ‘இராமப் பிரபாவத்தை’ விளக்கிடத் தேவையா என்பதே நம் கேள்வி. அயோத்தி வாழ் ஆடவரும் மாதரும் இப்படிக் காமச் சித்தர்களாக இருந்தனர் என்று கூறுவது ‘தெய்வமாக் கதையைக்’ கூறவந்த கம்பரின் நோக்கத்துக்கு ஊறு தேடுவதாகாதா என்று கேட்கிறோம். கோபித்து என்ன பயன்?

காதலரின் குறும்பான விளையாட்டைக்கூட, ஒரு கட்டுப் பாட்டுக்குள் நிறுத்துகிறார் நைடத நூலாசிரியர். நளனும்

தமயந்தியும் திருமணம் முடிந்த பிறகு, வாழ்விலே ஒவ்வொரு நாளும் திருநாள் என்று கூறக்கூடிய விதத்திலே ஆனந்தமாக வாழ்ந்து வரும்போது, புனலிடை மூழ்கி, பொழிலிடை உலவி கனிமொழி பேசி, இல்லறம் நடாத்தி வந்த முறையைக் கூறுகிறார். அதிவீரராம பாண்டியன் எப்படி? புனலிலே விளையாடச் செய்கிறார் நளனையும் தமயந்தியையும்! ஆனால், அங்கேகூட. மாதரின் பண்புக்கு மாசு நேரிடாதபடி பாதுகாக்கிறார் தமது பாடல் வேகத்துக்குக் கண்ணியம் எனும் கடிவாளம் பூட்டி.

கம்பர் காட்டும் தடாகம் வேறு, நிடத நாட்டுத் தடாகம் வேறு. முன்னதிலே, பல மாதர் ஒரு ஆடவர். ஆடவர் களிக்கிறார்; ஆரணங்குகள் கவலையற்றுள்ளனர்; நிடத நாட்டுப் புனல் விளையாட்டு அத்தகைய காமவேள் சாலையல்ல; இங்கு நளனும் தமயந்தியும் புனலாடுகிறார்கள், தனியாக. அதுபோது, ஆடை நீர்ப்பட்டு நனைந்துவிடுகிறது; நளன் காண்கிறான் தமயந்தியின் நிலை என்ன? வெட்கினாள் வெட்கம் மட்டும் போதுமா? 'வேண்டாம் கண்ணாளா? இது என்ன விளையாட்டு?' என்று கொஞ்சுமொழி பேசி, அவன் பார்வையை வேறு புறம் திருப்பும்படி கெஞ்சினாளா? இல்லை! வேறு என்ன செய்தாள்? தகாத செயல் புரியும் தன் மணாளனை மாதருக்கே இயல்பான சாகசத்தால் தடுத்துவிட்டாள். நீராடச் சென்ற இடத்தில் சுகந்தத்தூள் இருந்ததல்லவா, மெய் மணக்கத் தேய்த்திட, அந்தப் பொடி கலந்த நீரை வாரினாள், நளனுடைய முகத்திலே இறைத்தாள்! கண்ணிலே பொடி வீழ்ந்தபோது காவலனின் நோக்கம் காரிகையின்மீது பாய முடியாதல்லவா? ஒரே வினாடியில், வெட்கம், திகைப்பு, யோசனை, யுக்தி வேலைத் திட்டம், வெற்றி இவ்வளவும் தமயந்திக்கு ஏற்படுகிறது. ஒருகை நீர்தான் இவ்வளவுக்கும், ஆனால் அந்த நீரை வாரி இறைக்கச் செய்வதன் மூலம், அதிவீரராமப் பாண்டியன் மாதர் குலம் முழுதுக்குமன்றோ பெருமை தேடிவிட்டார்.

அந்துகினனை தலினாலல் குறோன்றுதல்
கந்தடுகளிற்றினான் காண வெள்குறாச்
சுந்தரச்சுண்ணநீர் முகத்திற்றூவி

அந்துகில் - அழகிய ஆடை; நனைதலின் - நனைந்துவிட்டதால்; அல்குல் - மறைவிடம்; தோன்றுதல் - தோன்றுதலை; கந்து அடு - கட்டுத்தறியை முறிக்கின்ற; களிற்றினான் - யானையை உடைய நளன்; காண - பார்க்கவே; வெள்குறா - வெட்கமுற்று; சுந்தரம்

- அழகான; சுண்ணநீர் - சுகந்தப் பொடி கலந்த தண்ணீரை; முகத்தில் தூவி - நளனுடைய முகத்தில் (தமயந்தி) இறைத்தாள்.

“ராஜலீலைக்கு இவ்வளவு கட்டுத் திட்டம் வரையறை வைத்து நைடத நூலாசிரியர் பாடி இருக்கும்போது, தேவ லீலையை விளக்க வந்த ராம காதையிலே கம்பர் கொண்ட முறை சரியா என்று கேட்டால், கோபிக்கின்றனர். கோபம் வருவது சரி, ஐயனே; ஏன் அந்தக் கோபத்தைக், கலையை இக்கதிக்கு ஆளாக்கிய கம்பன் மீது காட்டாது, உள்ளதை எடுத்துக்கூறும் என்மீது காட்ட வேண்டும்? நானா அக் கவிதைகளைப் புனைந்தேன்? இல்லாததை எடுத்துரைத்தேனோ? சந்தேகமிருப்பின், கம்ப இராமாயணம், நைடதம் இரண்டையும் எடுத்துப் புரட்டி நான் குறித்துள்ள பாடல் உள்ளனவா என்று பாருங்கள்.

போ, போ, பரதா! நாங்களும் கவிபாட ஆரம்பித்தால் இப்படித்தான் பாடுவீர்கள்! என்று கூறுவர், கடைசி சமாதானமாக. ஆனால் அதுவும் பொருந்தாது.

அழகான குளம்! தாமரை அற்புதமாக மலர்ந்திருக்கிறது! வனப்புள்ள ஒரு பெண் மூழ்கி மூழ்கி விளையாடுகிறாள். அங்கு ஒரு இளைஞன் கண்டுவிட்டான் காட்சியை, பறிகொடுத்தான் மனத்தை!

கம்ப சித்திரத்துக்கு ஏற்ற காட்சிதானே இது! குளோசப் எடுக்க ஏற்ற இடம். ஆனால் எங்கள் கவி பாரதிதாசன் அந்தத் தடாகத்துக்கு உங்களை அழைக்கிறார்; வந்து பாருங்கள் துளியேனும் அருவருக்கவோ, கூச்சப்படவோ இடமிருக்கிறதா என்று.

‘தாமரை பூத்த குளத்தினிலே முகத்தாமரை
தோன்ற மூழ்கிடுவாள்’

முகத்தாமரையைத்தான் காணலாம்; ஆனால் அவள் அழகி அல்லவோ? முகம் மட்டுந்தான் தெரியும்படி நீரிலே ஆழ்ந்து இருக்கிறாளா? இல்லை! அழகான மேனியாள், ஆனந்தமாக நீர் விளையாடுகிறாள். ஆனால் ‘பண்பு’ அவரை ‘முகத்தாமரை தோன்ற மூழ்கிடுவாள்’ என்ற அளவோடு நிறுத்துகிறது. முகம்மட்டும் தாமரை அல்ல. மேனியே அழகுதான் அந்த மங்கைக்கு; ஆகவேதான் கவி,

‘அந்தக் கோமளவல்லியைக் கண்டுவிட்டான்’ என்று ஒரே வார்த்தையில், சினிமாக்காரர் பாஷையில் கூற வேண்டுமானால்

லாங் ஷாட் (Long distance shot) கொடுத்துவிட்டார், அவள் கோமளவல்லி என்று கூறி.

அந்தக் கோமளவல்லி மட்டும், கம்பரிடம் சிக்கியிருந்தால், என்ன நேரிட்டிருக்கும்! குறைந்தது பத்துப் பாடல்களாவது அவருடைய உள்ளத்திலிருந்து 'குபு குபு'வென்று கிளம்பி இருக்கும்; அவைகளில் ஒன்றிரண்டாவது, 'குளோசப்' காட்சியாக இருந்திருக்கும்.

இங்கேயோ, அவள் கோமளவல்லியாக இருக்கலாம். ஆனால் அந்தக் குமரன் ஒரு தடிப்பயல்; முகத்தாமரையைக் கண்டுவிட்டும் தன் வழியேதான் சென்றான் என்று 'வேதாந்தம்' பாடுகிறாரா என்றால் அதுவுமில்லை. 'கொள்ளை கொடுத்தனன் உள்ளத்தினை' என்று காதல் கதைதான் கூறுகிறார். குப்பன் என்ன கண்டான்? முகத் தாமரையைக் கண்டான் முதலில், பிறகு ஒரு நொடியில் அவள் உருவ முழுவதும் கண்டான்; அவளோர் கோமளவல்லி என்பதைத் தெரிந்துகொண்டான். பிறகு,

'அவள் தூய்மை படைத்த உடம்பினையும் பசுத்
தோகை நிகர்ந்த நடையினையும்' காண்கிறான்.

இவ்வளவும் கண்டான். பிறகு கதை தொடர்கிறது. இதிலே. எவ்வளவு பண்பு காட்டப்படுகிறது.

கலாரசிகர்களே! தாமரை பூத்த தடாகங்களைப் பார்த்தோம், உங்களைத்தான் கேட்கிறேன், இவைகளிலே எந்தத் தடாகம். பண்பும் பாவின் இனிமையும் சம எடையாக்கப்பட்டுத் தீட்டப்பட்டிருக்கிறது? என்று நீங்களே கூறுங்கள்! புரட்சிக் கவிஞர், 'குப்பன்' கதை கூறுகிறார், அதிவீரராம பாண்டியன், 'அரசன்' கதை கூறுகிறார்; கம்பரோ. 'தேவக் கதை' கூறுகிறார், வெறும் பொழுதுபோக்குப் பாடலல்ல, கம்பருடையது; பிறவிப் பெருங்கடலை நீந்திச் சென்று. சாலோக சாமீப சாயுச்யப் பதவியை அடைவதற்கான மார்க்க நூல் அது என்பதை மறந்துவிட வேண்டாம்; மார்க்க நூலிலே இந்தக் காமமது இப்படிக் கரைபுரண்டு ஓடலாமா என்பதுதான் நமது கேள்வி.

மறுபடியும் யோசியுங்கள், பிறகு கோபம் என்மீது வராது அந்த ஏட்டின் மேல் பாயும்.

தாமரை பூத்த குளத்துக்கு அழைத்துச் சென்று தையலரை நிர்வாண நிலையில் கண்டு மகிழும் ஆடவர் உளர் என்று

காட்டிடும் கம்பர் காவியத்தை, இது கலை. கலை மட்டுமல்ல, கடவுள் நெறிக்கான காவியம் என்று கம்பதாசர்கள் கூறுகிறார்களே, அது முறையா என்று கேட்கிறோம். தவறா?

தேவக் கதை கூறி, மக்களைச் சன்மார்க்கத்திலே ஈடுபடச் செய்யக் கம்பன் காட்டும் வழி சரியானது தானா என்று தான் கம்பதாசர்களைக் கேட்கிறோம். சன்மார்க்கமென்ன அவ்வளவு நாற்றமும் கசப்புமுள்ளதா? அதன் மீது இவ்வளவு சுவையைப் பூசித்தர? அப்படி நல்ல எண்ணத்தோடு பூசித் தரப்பட்டாலும்கூட சுவைப்பவர்கள் மதுரம் கிடைக்கும்வரை சுவைத்துவிட்டுக் கசப்புத் தெரியத் தொடங்கியதும் உமிழ்ந்து விடுவார்களே, நோக்கம் ஈடேறவும் வழி சரியில்லையே! வேறு என்ன காரணம் இப்படி வரைமுறை இன்றி கம்பர், வாரி வாரி இந்த 'ரசத்தை' இறைப்பதற்கு? இதற்கோர் சமாதானம் கூறவேண்டாமா? கலாவாணர்கள் எங்கே கூறினார்கள்? எப்போது கூறப்போகிறார்கள்? எப்படிக் கூற முடியும்?

~

கம்பரசம் - 2

தேவமாக் காதையைத் தேனினுமினிய தமிழில், பாடி அருளினான் கம்பன்-கவிச்சக்கரவர்த்தி. அவர் தம் அருங் கவிதையிலே காணக் கிடைக்கும் ரசத்தைப் பருகிடத் தெரியாத பதர்கள் செவிச்சுவை உணரா மாக்கள், குறைகூறித் திரிகின்றன.

கதை, நம்பொணாததாம் - தள்ளிவிடட்டும்! காகுத்தன் அரி அவதாரம் அல்லவாம் - கரம் இருபதும் சிரம் பத்தும் கொண்டிருந்த இலங்கை வேந்தனாம் இராவணன், அரக்கன் அல்லவாம்! தொலையட்டும். கவிதையில் உள்ள சுவை - காவியத்தில் ததும்பும் கலாரசம், கம்பன் தீட்டும் ஓவியத்தின் உயர்வு - அவை தமைக்காணும்போது உள்ளத்துக்குக் கிடைக்கும் உற்சாக வெள்ளம் - அடா அடா! எத்துணை இன்பம், எத்தகைய இன்பம்! இதனை ரசித்திட தெரியவில்லையோ, இதுகளுக்கு என்று, நம்மைக் காய்ந்தனர், காவியச் சுவை பருகிக் களிப்புற்றிருந்த கற்றோர்.

மற்றையோர் இது ‘புண்ய கதை’ - படித்தாலும் படிக்கப் பக்கம் நின்று கேட்டாலும் பரமபதம் கிடைக்கும் என்றனர்.

காலக்கணைகளுக்கு அஞ்சிய சிலரோ, கதை கிடக்கட்டுமய்யா, நம்பினால் நம்பு, தள்ளிவிட்டாலும் சரி - கலை - கலை - அந்தக் காவியத்திலே பூத்துக் குலுங்கி, மணம் பரப்பி, மகிழ்வளிக்கும் கலை இருக்கிறதே, கருத்தற்றவனே! அதை இழந்துவிடுவதா! இன்பபுரிக்கு அழைப்பு - மறுத்துவிடுவதா! - என்று உருக்கமாகக் கூறினர்.

ஐயன்மீர்! நாம் புண்ய கதைகளை அறவே தள்ளிவிடத்தான் வேண்டும் என்று பேசிடும் புல்லரும் அல்ல.

கவிதையின் சுவையை ரசித்தல் ஆகாது என்று கூறிடும் மரக்கட்டைகளும் அல்ல.

அதது அததன் இடத்தில் அமைந்திருத்தல் வேண்டும் என்கிறோம்.

பூவையரின் கூந்தலிலிருந்து துவக்கி, ஒவ்வோர் இடமாகப் படமெடுத்துக் காட்டிடும் பாகுமொழிப் பாட்டானாலும் சரி - ஐயனின் அருங்குணங்களை ஆதியோடந்தமாக எடுத்துரைக்கும் அருங் கவிதைகளானாலும் சரி - இருக்கட்டும் - சிறப்புரைகள் பெற்றுத் திகழட்டும் - மறுப்பாரில்லை.

இரண்டையும் ஒன்றாக்கி மனதுக்கு குழப்பத்தையும், மாதேவனின் புகழுக்கு இழுக்கையும் உண்டாக்க வேண்டாம்.

பூஜா மாடத்தில், புண்ய கதையை வைத்திடுவீர். பூவையர் தம் பூங்குழல் முதற்கொண்டு பரவைப்பேர் அல்குல்வரை சித்திர நடையில் தீட்டப்படும் பாடல்களை, அத்துடன் - இணைத்து, பூஜா மாடத்தில் வைத்திட வேண்டாம்; பூஜை பலன் தராது! என்று கூறினோம்.

ஏடா, மூடா! அங்ஙனம் கூறுதுமேயாமாகில் எமது கம்பன், காமக் கலைஞனோ! - என்று சினந்தெழுந்து கேட்டனர் சிலர்.

நீ எழுதிடும், ‘ரோமாபுரி ராணிகள்’ - காமக் களஞ்சியம் என்பதை நாங்களறிவோமே என்று கேலிக் குரலில் பேசினர் சிலர்.

அவர்களிலே சிலர், பிறகு, ‘ஆயிரத்தெட்டு இரவுகளையும்’ அந்தரங்க விஷயங்களின் சுவைகூட விளங்குமளவுக்குத் தீட்டிக் காட்டினர் - தீட்டியும் வருகின்றனர்.

இலக்கியத்தில், இன்மொழிப் பாவையரின் இயல்பு குறித்தே ஏதும் இருத்தலாகாது என்று கூறும், வரட்டு வேதாந்தமல்ல நாம் வலியுறுத்துவது.

நாற்றப் படுகுழி - நீர்மேற் குமிழி - என்ற விரக்தி வாசகம் கூறிடுவதுதான் இலக்கியம் என்றும் இயம்பவில்லை.

மாதர் தம் கெண்டை விழியையும், தண்டை ஒலியையும், இடை அசைவையும், இன்மொழிச் சுவையையும், வெறுத்திடும் வரட்டுக்குணம் கொண்டிடச் சொல்லி யாரையும் வலியுறுத்தவில்லை. அதேபோது, ஆண்டவனின் அருளைப் பெறுவதற்கான ‘தூய காதை’ என்று கூறிக்கொண்டு, அதிலே துடியிடை, கொவ்வை அதரம், கோலமயிலின் சாயல் என்பவைகளோடு நிறுத்திக் கொள்ளக்கூட மனமின்றி, மேலிடம் மறைவிடம் ஆகியவைபற்றி, லீலா விநோத

விளக்க ஏட்டாசிரியர்களும் சொல்லக்கூசும் நுட்பங்களைக் கொட்டிக் குழைத்து அளிப்பது, அழகாகாது என்றோம்.

மாதரின் இரு விழிகள் மதுக்குடங்கள்!
அவர்தம் இடை, மின்னல்!
நடை, அன்னம்!
ஆடலில் மயில்
பாடலில் குயில்!

என்று சுவைபடக் கூறிடும் கவிதைகளைத் தீயிட்டுப் பொசுக்கிட வேண்டும் என்பதல்ல, நாம் கூறுவது. அளவும் வைத்துக்கொள்ளாது, அனுமன் இடம் சீதா பிராட்டியாரின் அங்க அடையாளம் பற்றி இராமன் கூறுகிற கட்டமானாலும், வாலி இறந்துபட்டபோது அவன் மீது விழுந்து அழுத தாரையின் மேலிட வர்ணனையாலும், கம்பர் காமச்சுவைக்கு அளவு கடந்த அக்கறையும் திறமையும் காட்டிக் காகுத்தன் பெருமைகூடக் கடுகளவு ஆகிவிடும்படி செய்கிறார், என்று கூறினோம் - ஏழை பேச்சு அம்பலமேறாது என்பதறிந்து கம்பனின் கவிதைகளிலே உள்ள அந்த 'ரசம்' எப்படி இருக்கிறது என்பதை எடுத்துக் காட்டினோம்.

கம்பனின் காவியம் - அதற்குக் கயவர்கள் அல்ல கலா விற்பன்னர்கள் அளித்த பொருள் - இவைகளைக் கொண்டு, தொகுத்தது கம்பரசம்.

மறுப்புரைகள் பல வெளியிடப்பட்டன!

கம்பரசத்துக்குச் சாவுமணி!
கம்பரசத்துக்கு மண்டையிலடி!
அண்ணாத் துரைக்கு ஆப்பு!

இப்படித் தலைப்புகள் கொண்ட மறுப்பேடுகள் கிளம்பின - தலைப்புகளே, அவைகளைத் தீட்டினோர், எதன் வயப்பட்டிருந்தனர், கோபத்தின் பிடியிலா அல்லது ஆராய்ச்சியிலா என்பதை விளக்கிவிட்டன.

உனக்கென்ன தெரியும்?
நீ யார், இதைக் கூற?
நீ மட்டும், மகா யோக்யனோ?

என்று கேட்கப்பட்டது சிலரால் - இவர்கள் கவனிக்கப்பட வேண்டியவர்களல்ல, ஏனெனில் இவர்கள் கடைவீதிச் சிறார்

போக்கில், கண்டித்து வாயடக்கலாம் என்ற நோக்குடன் கிளம்பினவர்கள்!

வேறு சிலர், அல்குல் என்பதற்கு நான் கொண்ட பொருள் தவறு என்று வாதிட்டனர்.

இவர்கள் அனுதாபத்துடன் கவனிக்கப்பட வேண்டியவர் கள். ஏனெனில் இவர்களுக்கு உண்மையில் கம்பர் தமது கவிதைகளில் காட்டிய 'ரசம்' சிறிதளவு அருவருப்புத் தந்திருக்கிறது - எனவே அவர்கள், வெண்குட்டம் கொண்டவன், இது குட்டமல்ல, சாதாரணச் சரும வியாதிகூட அல்ல - இது அழகுத் தேமல், என்று கூறித் தனக்குத்தானே திருப்தி தேடிக்கொள்வதுபோல, அல்குல் என்றால் இடை என்று பொருள் கூறினர்.

கம்பரின் பாடலில், இடையும் இதுவும் வேறு வேறாகப் பயன்படுத்தப்பட்டிருக்கும் இடங்கள் ஏராளம். எனவே, இவர் தம் கூற்று, சரியன்று.

நிற்க, இன்னொருவர், ஆற்றில் ஓரிடத்தில் அணங்குகள் செல்ல, அவர்கள் அணிந்திருந்த தூசு (ஆடை) நீர்த்திவலையால் நனைந்திட - அல்குல் புறத்துத் தெரிந்திட - ஆடவர் சிரித்தனர், என்று உள்ள கவிதையைக் காட்டியது கண்டு கவலைப்பட்டுக் கவிதை சரி, காட்சியும் அப்படித்தான் கவிதை மூலம், ஆனால் அவன் கூறினதுபோல தெரிந்தது மறைவிடமல்ல, பின்னிடம் என்று வாதிட்டிருக்கிறார்.

உண்மையாகவே எனக்கு அவரிடம் பரிதாபந்தான்.

பாருங்கள், எவ்வளவு சிரமப்பட்டிருக்கிறார் கவிதையைச் சிறிதாவது நாகரிகமாக்கிக் காட்டுவோம், என்று.

கம்பருக்கு, இப்படிப்பட்ட ஆதரவாளர் இருக்கிறார்கள் - ஆனால் அவர்களையும் என்போன்றோரையும், முன்னிடமா, பின்னிடமா என்று, வீணான, விபரீதமான விவாதத்தில் இறங்கிடச் செய்யும் விதமாக, ஏன்தான் கம்பர், இக்கவிதை தீட்ட வேண்டும்? கை வண்ணம், கால் வண்ணம் காட்டிக் காகுத்தன் பெருமையைக், கடவுட் தன்மையை விளக்கியதோடு நிறுத்திக்கொள்ளாமல், அயோத்தி ஆடவரின் 'கண் வண்ணம்' காட்டி, அக்கண்கள் சென்ற இடமெல்லாம் இவருடைய கவிதா சக்தியைச் செலுத்தி, பூஜாமடத்துப் புனித ஏட்டை, தங்கபஸ்பப் பெட்டிக்கு அருகில் கொண்டுவந்துவிட்டாரே! அதனால் அல்லவா இன்று ஒரு

பதத்துக்கு, வேறு பொருள் தர புராணப் புலவர்கள் படாதபாடுபட வேண்டியிருக்கிறது. அதை எண்ணித்தான் பரிதாபப்படுகிறேன்.

கம்பரைப் பாதுகாத்திடுவது கன்னித் தமிழை, காவியச் சிறப்பை, கலையைக் காப்பாற்றுவதாகும் என்று அவர்கள், பாபம், எண்ணிக்கொண்டு மெத்த கஷ்டப்படுகிறார்கள்.

கம்பர், இவ்விதம் ஒரு விவாத நிலை வளரும் என்று எதிர்பார்த்திருக்க முடியாது.

காமக்களியாட்டம், அரச போகங்களில் ஒன்றாகவும், மாளிகை விருந்துகளில் மதுரமானதாகவும் கருதப்பட்டு வந்த காலத்துக் கவி அவர்.

அவருக்குத் தொழிலாளியின் அவதிபற்றியோ, ஏழையின் இதயக் குமுறல் குறித்தோ கவலை எழ வேண்டிய நிலை இல்லை.

கவிஞர்களிலேயே, மிகமிகச் செல்வ நிலையும், செல்வர்களின் தோழமையும் கொண்டவர் கம்பர்.

கவி அரசர்!

எனவே, அவர் சூழ்நிலை மூலம் கிடைக்கும் எண்ணங்களைத் தானே கவிதையாக்குவார் - தமிழ் அவரிடம் தவழ்ந்தது; எனவே, கவிதைகளை எழிலோவியமாக்கினார்.

படமெடுக்கும் கருவி, முதல் தரமானது.

படமெடுக்கும் திறன், மிகுதியும் பெற்றவர்.

பறந்திடும் கழுகு, பாடிடும் கிள்ளை, ஓடிடும் அருவி உயர்ந்திடும் மலை, தாமரை பூத்த குளம், வேழம் திரியும் காடு, வேங்கைக்குப் பயந்தோடும் புள்ளிமான், மழலையில் மகிழும் தாய் - இப்படி எந்தக் காட்சியைப் படமாக்கினாலும், அழகாகத் தானே அமையும்:

நல்ல காமிரா (படமெடுக்கும் கருவி) தேர்ச்சி பெற்ற படப்பிடிப்பாளன்.

ஆனால், எடுத்த படங்கள், யாவை?

அதுதான் நாம் கேட்டது!

அயோத்தியின் அமைப்புப் பற்றிக் கம்பர் அழகு நடையில் எடுத்துரைக்கிறார்.

கவனமிருக்கட்டும், இதிலே காதல், கடிமணம், எனும் கட்டங்கள் ஏதும் கிளம்பவேண்டிய நிலைமை இல்லை.

அயோத்திக்கு அமைந்திருந்த அகழியைக் காட்ட விரும்புகிறார் கம்பர் - அப்போதே அவர் எண்ணம் எங்கே செல்கிறது என்கிறீர்கள்?

மற்ற மற்றப் புலவர்கள், அகழியின் ஆழத்தை விளக்குவர்; அதை அமைத்த காவலரின் ஆற்றலை விளக்குவர்.

கம்பர் இவைகளோடு திருப்தி அடையவில்லை - தன் ரசிகர்கள் அகழியை எல்லாக் கலைவாணரையும்போலத் தாமும் சித்தரித்துக் காட்டினால் திருப்தி அடைய மாட்டார்கள் என்று எண்ணுகிறார். வெறும் அகழியை அவர்கள் கண்டு களித்திடமாட்டார்கள் என்று எண்ணி, அவர்களுக்கு மிகவும் பிடித்தமாக இருக்கும் என்ற நம்பிக்கையில், களிப்புடன் அகழிக்கு உவமை கூறுகிறார்.

சாமால் யமான அகழி அல்ல
ஆழமானது.
யாரும் எளிதிலே அதனிடம் அண்ட முடியாது

எப்படி எனில்,

கன்னியர் அல்குல் தடமென யார்க்கும்
படிவு அரு காப்பின தாகி

கன்னிப் பெண்களின் மறைவிடம் எங்ஙனம் கட்டுக்காவல் இருப்பதால், யாருக்கும் அண்ட முடியாததாக இருக்கிறதோ, அதுபோல! எப்படி படப்பிடிப்பு, எதைப் பிடித்துக் காட்டுகிறார். எதற்கு எது உவமை?

கம்பன், இனித்தான் கதைக்கே வரப்போகிறார்.

கருவிலிருக்கிறார் இராமபிரான் - தசரதனையே காட்ட வில்லை; அயோத்திக்குள் நுழைகிறார், ரசிகர்களை அழைத்துக் கொண்டு - பாலகாண்டம், நகரப்படலம் - இதில் கம்பரசம், அகழி வந்தது. அல்குல் தெரிகிறது அத்துடன், கன்னியரின் இடம் கட்டுக்காவல் உடையது, எவரும் அண்ட முடியாதது என்ற உலகானுபவ உபதேசம், ஏனோ?

கம்பராமாயணம் எனும் காவியத்தின் மூலம், 'புண்யம்' பெறும் வழியைக் காட்டுவேன் என்று, முன்னுரை கூறிவிட்டு, நேரே, நம்மை அகழிக்கு அழைத்துச்சென்று அதைக் காட்டி, எப்படி அகழி! எப்படி இருக்கிறது இதுபோல் இருக்கிற தல்லவா?

என்று கேட்டுக், களிப்பளிக்க முயல்கிறார். உண்மை யில் அகழி பற்றிய கவிதையைப் படிக்கும்போதே கவிதரும் உவமை குறித்து எண்ணத் தொடங்கிடும் ரசிகர்களுக்கு நான் குறை கூறும்போது, கோபமாகத்தானே தெரியும்.

என்ன ஐயா! இப்படி விறைக்க விறைக்கப் பார்க்கிறீர் என்று கேட்டுவிடுங்கள்; ஏதோ ஓர் பெண்ணுருவை, யாரும் அறியாமல் பார்ப்பதாக எண்ணிக்கொண்டு, விழுங்கிவிடுவதுபோலப் பார்க்கும் பேர்வழியை! சீறி விழுவார்! சீச்சி உன் வேலையைப் பார்த்துக்கொண்டுபோ! நான் அவளையா பார்த்துக்கொண்டிருந்தேன். அவள் கட்டியிருந்த சேலை, நூலா, பட்டா என்று கவனித்தேன் - என்று கூறிக் கோபிப்பார். கம்பரசத்துடன் காட்சிதரும் அந்த அகழியைக் கண்டு அகமகிழ்வோருக்கு அதுபோலத்தானே, ஐயன்மீர். நீவிர்? அரியின் அவதாரமாம் இராமபிரானுடைய அருங்காதையை அறிய விரும்புகிறீரா, அகழிக்கும் அதன் உவமைக்கும் மனதைப் பறிகொடுத்து விடப்போகிறீரா. என்று கேட்கும்போது, கடுங்கோபம் பிறக்கிறது! சகஜம்!

அல்குல் என்றது இடை என்று வாதாடலாமா என்று துடியாய் துடிக்கும் பாராயணக்காரர், தெரிகிறார்.

வேண்டாமய்யா, வேண்டாம் வீண்வேலை! இடை உண்டோ இல்லையோ என்று கூறத்தகுவது - அகழி அங்ஙனமன்று! மேலும் கம்பர், அகழியின் ஆழத்தைக் காட்டிவிட்டு, அகழியைக் கடத்தலரிது என்று கூறத் தொடங்கி, உவமை கூறுகிறார்! முன்னிடமல்ல - நிச்சயமாகப் பின்னிடம் என்று, வாதாட முனையும் பரிதாபத்துக்குரியவரும், தெரிகிறார்!

நமக்குள் ஏனய்யா, வீணான சச்சரவு - நான் சொன்ன இடமாயினும், நீர் பார்க்கும் இடமானாலும், இரண்டுமே, காவியத்துக்குச் சிறப்பளிப்பதுமல்ல, காகுத்தன் பெருமையைக் காட்டத் தேவையற்றதுமாகும். - அல்லவா! ஏன், கம்பர், இந்த ‘ரசம்’ புகுத்த வேண்டும். அவரால் முடியாது, எந்த நேரத்திலும் ஏதாவது, சிறிதளவாவது, ஜாடைமாடையாகவாவது அதுபற்றிக் கூறாமலிருக்க. நல்ல சுகானுபவம், தெரிந்தவர், உம்மைப்போல நன்னூல் சூத்திரத்தோடு கிடப்பவரல்ல!

அம்பிகாபதியின் தந்தை, கவனமிருக்கட்டும்! அவர் எங்குதான் செல்லட்டும், கதையின் எந்தப் பகுதியாகத்தான் இருக்கட்டும், எவ்வளவு நெருக்கடியான கட்டமாகத்தான் இருக்கட்டும், அவர்

அவருக்குப் பிடித்தமான பொருளை, நிகழ்ச்சியைப் படமெடுத்தே தீருவார்! கதையைக்கூட, ஒரு தள்ளுத் தள்ளி விடுவார். அந்த 'விவகாரம்' வந்தால், அல்லது எதற்காவது உவமையாக அந்த 'வஸ்துக்களை' குறிப்பிடக்கூடும் என்று அவருக்கு இலேசாகத் தென்பட்டுவிட்டாலும் போதும். கவிதைத் தேன் சொட்டும், வழியும், பொழியும்.

மிதிலைக்கு வாருங்கள்! கண்ணைக் கண் கவ்வவில்லை - இராமன் சீதையைக் காணவில்லை. மிதிலை வீதி! அங்கு செல்கிறார் கம்பர்! பாவத்தைச் சம்ஹரித்துத் தர்மத்தை நிலைநாட்டுவதற்காக, தசரதன் திருக்குமாரனாக வந்துள்ள இராமபிரா னுடன், மும்மலம் அடக்கிய முனிவர் செல்கிறார் - சூழ்நிலைக்காகச் சொல்கிறேன்; மான் வேட்டையாடச் சென்ற துஷ்யந்தனுடன் செல்லவில்லை. நினைவில் வைத்துக்கொள்ளுங்கள். மேகவர்ணன் செல்கிறார், வேத முணர்ந்தோர் அழைத்துச் செல்கிறார்; அப்படிப்பட்ட சூழ்நிலையில் கம்பர், மிதிலை வீதியை வர்ணிக்கிறார்!

எங்கும் வேத ஒலி!
வேள்விப் புகை!
தான தர்மக் காட்சிகள்!
பகவத்பஜனை!

இவைகளையா காட்டுகிறார்! திருப்தி அடைபவரா கம்பர்! கூர்ந்து கவனிக்கிறார், ஒரு பெரிய நகருக்குள் வந்துவிட்டோம், காடு மலை வனம் கடந்து, இப்போது, என்று கவலைப்படுகிறார். பெண்கள்கூடத் தெரியவில்லை. மிதிலைக் காட்சிப் படலத்தில். கொடிகள் குறித்த கவிதைகள் இரண்டு பாடுகிறார்! கொடிகளைக் கண்டுவிட்டு மேலால் செல்கிறார். யானைகள் போர்புரியும் காட்சி தெரிகிறது.

இரண்டு யானைகள் ஒன்றையொன்று தாக்கிக்கொண்டு போர் புரிகின்றன!

கண்டார் கம்பர்! ஆஹா என்ன அருமையான காட்சி.

மலையும் மலையும் மோதுதல்போல அல்லவா உள்ளது! இக்காட்சி, என்று எண்ணுகிறார் - எந்தக் கவிக்கும் இது தோன்றும் - கம்பருக்கு, இத்துடன் கற்பனை நின்றுவிடுமா?

இந்த யானைகள் ஒன்றொடொன்று போரிடுவது, எப்படி இருக்கிறது தெரியுமா?

மன்மத பாணம் பட்டமாத்திரத்தில் ஆடவனும் பெண்ணும், கலவிப்போரில் ஈடுபடுவார்களே, அதிலேயே ஊடலும் இருக்குமே, அதுபோலல்லவா இருக்கிறது - என்கிறார், இதுதான் கம்பர்.

மதகளிறுகள் போரிடுவது கண்டதும், மன்மத பாணத்தால் தாக்கப்பட்டோர் நடத்தும், மதனவிழா கண்ணில் பளிச்செனத் தெரிகிறது - கவிதை சொட்டத் தொடங்கிவிடுகிறது - கேளுங்கள் கவிதையை.

தயிர் உறுமத்தின்
காமன் சரம்பட
தலைப்பட்டு
ஊடும்
உயிர் உறுகாதலரின்
வயிரம் வால் மருப்பு யானை
செயிற் உறுமனத்த ஆதி
செம்கண் தீ திரள் சிந்த
ஒன்றை ஒன்று ஒருவகில்லா
மலை என
மலைவ! கண்டார்.

பொருள் எளிதாக விளக்கமாவதற்காகக் கவிதையைத் துண்டாடித் தந்திருக்கிறேன்! சாதாரணப் போர் அல்ல - ஒன்றுக்கொன்று இளைக்காதன, அந்த யானைகள். அந்த யானைகளின் போர் கலவிப் போரைத்தான் நினைவூட்டுகிறது, கம்பருக்கு. மிதிலைக்குள் நுழைந்ததும், கம்பரசம்.

மேலும் இரண்டோர் கவிதைகளை முடித்துக்கொண்டு, மீண்டும் ரசமளிக்க வருகிறார், எட்டாவது கவிதையில்,

யானைகள் போரிட்ட காட்சி கலவிப்போரைக் கவனப்படுத்திற்றல்லவா, கலாரசிகர்கள் அதே நினைவாக இருந்துவிட்டால் நல்லதா - எனவே இந்த எட்டாம் பாடலில், போர் முடிந்தது என்ற அதிமுக்கியமான செய்தியைத் தருகிறார். முன்புதான் யானைகள் போரிடக் கண்டார். மலைகள் மோதின என்று கூறினால் போதாது என்று எண்ணி மலரணையில் நடைபெறும் மதனலீலையைக் கூறினார். இப்போது அதன் தொடர்பான செய்தி கூற, என்ன வாய்ப்புக் கிடைத்தது, என்பீர்கள். மனமிருந்தால் மார்க்கமா கிடைக்காது! வல்லவனுக்கு புல்லும் ஆயுதமாமே! கம்பர், மாலைகள் வீதியில் விழுந்து கிடக்கக்

காண்கிறார்; மாலைகளில் வண்டுகள் மொய்க்கின்றன, தேன் ஒழுகியபடியும் இருக்கிறது. இந்த மாலைகளைக் கண்டதும், கம்பநாட்டாழ்வாருக்கு, யானைகள் போர் புரிந்ததுபற்றிக் கூறிய ரசமான உவமை கவனத்துக்கு வருகிறது ஆஹா! என்ன அருமை, காரியம் குறைவற நிறைவேறியான பிறகு, இளைத்து இளமங்கையர் துவண்டுகிடப்பதுபோலல்லவா, இந்த மாலைகள் இங்கு கிடக்கின்றன, என்று எண்ணுகிறார். மாலைகளை உற்று நோக்கியதும், அவர் மனக்கண் மலரணை மீது மதனாபிஷேகத்துக்குப் பிறகு அலுத்துக்கிடக்கும் அழகிமீது பாய்கிறது.

வருகிறான் ஐயன், அம்மையைக் காண வருகிறான்! - என்று மகிழ்ந்து, தேவர்கள் பூமாரி பொழிந்தனரோ, என்று எண்ணும் படி மிதிலை நகரவீதிகளிலே எல்லாம் மலர்க்குவியலாகக் கிடந்திடக் கண்டேன் - என்று கூறினால், புண்யக்கதைக்கு எந்த விதமான பங்கமும் வந்துவிடாது - ஆனால் காவியம், 'ருசி' தராது அவர் 'ருசி' தருவதற்காகவே, ஒரு கதையைக் காவியமாக்கியவர். எனவே மாலைகளைக் கண்டதும், தெரிகிறதா! மடவார்! மஞ்சம்! கலவிப் போர் முடிந்துவிட்டது! களைத்துப்போன அக்கனி மொழியினர், கட்டிலில் துவண்டு கிடக்கிறார்கள் - இந்த மாலைகள்போல - என்று ரசமான செய்தி கூறிவிட்டுத்தான் மறுவேலை பார்க்கிறார், ரவிகுலச்சோமனைப் பற்றித்தான் காவியம்! ஆனால், அதை மட்டுமா பண்ணிப் பண்ணிக் கூறுவது - படுக்கை அறையை அவ்வப்போது கவனப்படுத்த வேண்டாமா - என்று கம்பர் எண்ணுவார், இல்லையானால் இப்படிக் கவிதை சுரக்குமா என்று எண்ணிப்பாருங்கள்.

'தண்டுதலின்றி யொன்றித் தலைத்தலைச் சிறந்த காத
லுண்டபின் கலவிப்போரினொ சிந்தமென் மகளிரேபோற்
பண்டரு கிளவியார் தம்புலவியிற் பரிந்த கோதை
வண்டோடு கிடந்து தேன்சோர் மணிநெடுந் தெருவிற் சென்றார்'

கடினமாக இருக்கிறதா, கவிதை, மிக ரசமான விஷயம் இதிலே ஊட்டப்பட்டிருக்கிறது, பிரித்துப் பொருள் கண்டிடத்தான் வேண்டும்.

தண்டுதல் இன்றி - நீங்குதல் இல்லாமல்; தலைதலை - கணவன் மனைவி எனும் இரு இடத்திலும்; ஒன்றி-ஒரே தன்மையாய்; சிறந்த - சிறப்பான; காதல் - ஆசையின் பயனாக காம இன்பத்தை; உண்டபின் - அனுபவித்த பிறகு; கலவிப் போரின் - புணர்ச்சி யுத்தத்தில்; ஒசிந்த - இளைத்துக்கிடந்த; மென் மகளிர்போல - மென்மைத்தன்மையுடைய பெண்கள்போல;

இனி உள்ள பகுதி, மாலைகள்பற்றி! இதுவரையில் உள்ள கம்பரசத்தைக் காணுங்கள் - கடவுட் காதையிலே இணைக்கப்பட வேண்டியதுதானா என்று எண்ணிப்பார்த்திடுங்கள்.

தலைதலை ஒன்றி!
கலவிப் போர்!
ஓசிந்த மென்மகளிர்!

எவ்வளவு நுணுக்கமான வர்ணனை! பூஜா மாடத்துக்கா?

கலவிப்போர் - இருவரும் இளைத்தவர் என்று கூறக்கூட மாட்டார் - அந்த விஷயமாக அவர் அவ்வளவு நேர்த்தியான நிபுணத்துவத்தைக் காட்டத் தவறுவதில்லை.

மென்மகளிர் ஓசிந்தனர் - மென்மைக்கு இருப்பிடமான பெண்கள்தான் இளைத்துக் கிடந்தனர்!

இவ்வளவும், மாலைகளைக் கண்டதும்! மிதிலையில் நுழைந்ததும்!!

எப்படிப்பட்ட ஏந்திழைகளைக் காட்டுகிறார் கம்பர்!

துளசி பூஜை செய்யும் தூய்மையாளர், கணவனுடைய காலைத்தொட்டுக் கண்களில் ஒத்திக்கொள்ளும் பத்தினிப் பெண்டிர், பெற்றெடுத்த பொற்கொடி உடலைத் தழுவிட உச்சி மோந்து முத்தமிடும் உத்தம தாய்மார், எளியோருக்கு உணவளிக்கும் ஏற்புடைப் பெண்டிர், நூல் கற்று நுண்ணறிவுடன் விளங்கி ஆடவருக்கு அமைச்சர்போல் விளங்கும் விவேகிகள், மகனுக்கு வாட்போரின் நுட்பத்தைக் கற்றுத்தரும் வீரத்தாய்மார், இவர்களையா!! தேவமாக்காதையாகையால், இவர்களெல்லாம்தான் காட்டப்படுவர், என்று எவரும் எதிர்பார்ப்பர்.

குடித்துவிட்டுக் கூத்தாடும் குமாரிகள்!
உளறிக்கொண்டிருக்கும் உல்லாசிகள்.

ஐயயே! என்று அருவருப்பு அடைந்துவிடக்கூடாது என்பதற்காக, குடித்துவிட்டுக் குளறிக்கொண்டிருக்கும் குமாரிகள்தான். ஆனால் கமலம், முகம்; அழகிகள்! - என்று கூறுகிறார். குடித்துக்கிடக்கிறார்கள், குளறிக் கொட்டுகிறார்கள் என்றால் பாவம், அடித்தளத்தைச் சேர்ந்த அரிவையர் போலும், ஏழையர் போலும் என்று எண்ணிவிடாதீர்கள் - கம்பர் ஏழையரைக் காட்டவா கோசலைச் செல்வன் காதையைக் காவியமாக்கினார்! குடித்துக்கிடக்கும் குமாரிகள், சீமாட்டிகள்!

பளிங்காலான கிண்ணம்

புதிய வாசனை தரும் மது.

இந்நிலை, ஏழையருக்கா!!

சீமாட்டிகள், பளிங்காலான கிண்ணத்தில் பசு நறுந்தேறல் மாந்தி, சிரிக்கிறார்கள். வெறிபிடித்த நிலையில் உளறுகிறார்கள், ஊடலை வெளிப்படுத்துகிறார்கள்!

புரட்சி வெடித்து அழிந்திடா முன்பு பிரான்சில், பாரிஸ் சீமாட்டிகள் எவ்விதம் உல்லாசிகளாக, சல்லாபிகளாக, ஆள் மயக்கிகளாக இருந்தனர் என்று படிக்கிறோமோ, அதே காட்சி கம்பர் காட்டும் மிதிலையில்!

உலகின் பல பகுதிகளிலிருந்தும் சீமாட்டிகள் சீமான்களைத் தமது சேல் விழியால் பிடித்திழுத்து, வைத்து ஐரோப்பாவின் சூதாடும் கூடத்துக்கு அழைத்து வருவர் - உள்ள பொருளை எல்லாம் சூதாடித் தோற்பவர் - எனினும் புதுவரவும் கிடைக்கும். பசும்பொன் மேனியும் பவள இதழும், முத்துப் பற்களும், வைரக்கண்களும், ரோஜா நிறக்கன்னங்களும் கொண்டவர்கட்கு நஷ்டம் என்பது நிலைத்தா இருக்கும்!!

மான்ட்டிகார்லா என அழைக்கப்படும் சூதாடுமிடம் மிதிலையில், கம்பர் மூலம் தெரிகிறது பார்க்கிறீர்களா?

பெண்கள் சூதாடுகிறார்கள்! பளிங்கால் செய்யப்பட்ட காய்களைத் தொட்டு விளையாடுகிறார்கள். சூதாட்டக் காய்களைத் தொட்டுத் தொட்டுச் சுந்தரிகளின் கை விரல்கள் சிவந்து போகுமே, என்று கவலைப்படாதீர்; அவர்களின் செந்நிறமான கரம் பட்டுக் காய்கள், சிவப்பாகிவிட்டன.

அப்படிப்பட்ட சூதாட்டம்! வெறும் பொழுதுபோக்குப் போலும், என்று எண்ணுவீர்.

அல்ல, நண்பர்களே! அல்ல!

கடகம்

குழை

பூணும் ஆரம்

கலிங்கம்

மகரயாழ்

இவைகளைப் பந்தயப் பொருளாக வைத்துச் சூதாடுகிறார்கள் - சுந்தரிகள்! நீ, குறுக்கே நிற்க, வேண்டாம், நாங்கள் கவிதையைக் காண வேண்டும் என்கிறீர்கள் - சரி - இதோ கவிதை - பார்த்துக் கொள்ளுங்கள்.

"கடகமும் குழையும் பூணுமாரமும் கலிங்க நுண்ணூல்
வடகமு மகரயாழும் வட்டினி கொடுத்து வாசத்
தொடையலங் கோதை சோரப் பளிக்கு நாய் சிவப்பத் தொட்டுப்
படைநெடுங்கண்ணார் வட்டாட்டாடிடம் பலவுங்கண்டார்!

வட்டு ஆட்டு ஆடு இடம் - சூதாட்டமாடுகின்ற இடம்; பலவும் கண்டார் - பல கண்டார்!

இங்கு பெண்கள், மேலாடை முதற்கொண்டு காதணி வரையிலே கழற்றி வைத்துச் சூதாடினர்!! ஜானகி பிறந்த தலம் அதுதான்!!

குடித்துக் கூத்தாடுவர், சூதாடிக் கிடப்பர், கலவிப் போரில் ஈடுபட்டுக்கிடப்பர், அதன் விளைவாக ஊடல் எழும், அதில் ஈடுபாடுடையவராக இருப்பர். பூக்கொய்வர், புனலாடுவர், - இப்படித்தான் பூவையர் தெரிவர், இந்தப் புண்ய கதை முழுவதும்.

"ரிஸ்ட்வாட்ச் எங்கே காணோம்? அடடே! விரலிலிருந்த வைர மோதிரம் கூடக்காணோமே, எங்கே?" என்று கேட்கும்போது, "இருக்கிறது! ரிப்பேர் கடையில்! அலமாரியில்" என்று ஏதோ கூறி மழுப்புகிறான் சூதாடித் தோற்றுவிட்டு, வகையின்றி வாட்டத்துடன் மிரள மிரள விழித்துக்கொண்டு கிடக்கும் வாலிபன். வீடு, கண்டிக்கிறது, நாடு நகைக்கிறது. அவனைக் கண்டு; நல்லோர்கள் அவனுக்குச் சூதாட்டத்தின் கேடுகளை எடுத்துக் கூறி நல்வழிப்படுத்த முயல்கிறார்கள்; அவனோ ஒரு சமயம் "ஆமாம்! சூதாடுவது பெருந்தவறுதான் - இனி ஆடக்கூடாது" என்று எண்ணுகிறான், பிறகோர் சமயம், "தோற்ற தொகையைத் திரும்பப் பெற்றுவிட வேண்டுமே அதற்காக மறுபடியும் ஆடித்தானே பார்த்தாக வேண்டும் என்று எண்ணுகிறான், கையில் உள்ளதை எல்லாம் பந்தயப் பொருளாக்குகிறான், கடன்பட்டும் சூதாடுகிறான், கட்டடம் வளரவளர, வீட்டு உடைமையைக் களவாடவும் செய்கிறான். பிறகோ ஊரார் உடைமையையே தனதாக்கிக் கொள்கிறான். இத்தகையோர் எள்ளி நகையாடத் தக்கவர்; இடித்துரைப்பர் பெரியவர்கள் - இத்தகைய இழிகுணம் மனதிலே எழாதிருக்கவே, புண்ய கதைகளைப் பாராயணம் செய்தல்

வேண்டும்; நன்னெறி சென்ற பெரியோர்களின் கதைகளைப் படித்தால், படிக்கக்கேட்டால், மனதிலே தூய்மையான எண்ணம் மலரும், களவு, காமம், சூதாடல் போன்ற தீய காரியங்களை வெறுத்தொதுக்கும், மனதிடம் உண்டாகும் என்றெல்லாம் கூறுகிறார்கள்.

இதோ கம்பரின் காவியத்தில், கலிங்கம் தனை வட்டினியாக வைத்து, மேலாடையைப் பந்தயப் பொருளாக வைத்து மிதிலைப் பெண்கள் சூதாடுகிறார்கள் - இது தவறு தையலரே! என்று இடித்துரைப்பார் எவருங் காணோம்; இவ்வளவுக்கும் மிதிலா நகரத்தை ஆட்சி செய்து கொண்டிருந்தவர் இராஜரிஷி, ஜனகர்! சூதாடுவதை இவ்வளவு சுவைபட எடுத்துரைப்பது, ஞானத்தையும் சீலத்தையும் வளர்க்கவா? எங்ஙனம் வளரும்! கம்பருக்கு இந்தக் கவனமெல்லாம் கிடையாது. அவர் பாடப்போந்தது, இராமாவதாரக் காதைதான் எனினும், மாதர்கள் குறித்த பகுதி வந்துவிட்டால், அவர் அடைந்துவிடும் சுறுசுறுப்பு வேறு எந்தக் கவியாலும் போட்டியிட முடியாததாகிவிடுகிறது. அவர்களை எப்படி எப்படியெல்லாமோ இருக்கவைத்துப் படமெடுத்துக் காட்டிப் பூரிக்கிறார்! ஆடச்செய்கிறார், பாடச் சொல்கிறார். அருவியில் குதிக்கச் சொல்கிறார், ஆடவருடன் கூடச் செய்கிறார், சூதாடச் சொல்கிறார், பசுநறுந்தேறலைக் குடித்துவிட்டுக் குளறிக்கொண்டும் இருக்கச் சொல்கிறார்! அழகிகளாக மட்டும் இருக்க வேண்டும். அவர்கள் எந்தச் செயலில் ஈடுபடினும் அவருக்கு அவர்களைப் படம்பிடிக்க அட்டியில்லை; புண்ய காதை பாடத் தொடங்குகிறோம், பூவையரின் ‘பாதாதிகேச’ வருணனையிலே சிந்தனையைச் செலவிடுகிறோமே என்ற கவலை அவருக்குப் பிறப்பதில்லை; அவர் காவிய மூலம் ரசம் தருபவர்!!

எதைக் கண்டாலும், அந்தக் கவனமே அவருக்கு முந்திக்கொண்டு வந்துவிடுகிறது.

மலைமீது மழைத்துளிகள் விழுகின்றன! பலரும் பார்த்திருக்கிறார்கள் - கவிகள் பலபேர் கவிதையாக்கியும் இருக்கிறார்கள், கம்பர் இந்தக் காட்சியைக் காணும்போது, வேறு எந்தக் கவிஞனுக்கும் எழாத உவமைதான் மனதிலே உதிக்கிறது.

மலையின் மீது மழைத்துளி!

இதை அப்படியே நினைவிலே வைத்துக்கொள்கிறார், சமயம் வாய்க்கும்போது பயன்படுத்துவோம் என்று.

அன்னை ஜானகி ஐயனைத் தெருவிலே செல்லும்போது காண்கிறார்; கண்டதும் காதல் சுரக்கிறது; கம்பர், அன்னையின் நிலைபற்றி அழகாகப் பாடிக்கொண்டு வருகிறார்; அப்போது அவருக்கு அந்த மலைமிசை வீழ்ந்திடு மழைத்துளி நினைவிற்கு வருகிறது, அவ்வளவுதான்; உடனே, அம்மையானால் என்ன, ஐயனின் தேவியானால் என்ன, உடனே கம்பரசம் வெளிப்படுகிறது!

மலைமீது மழைத்துளி விழுகிறதே, அதுபோல ஜானகியின் கண்களிலிருந்து பெருகிய நீர்த்துளிகள்! அவர் தம் மேலிடத்துத் நுனியிலே வீழ்ந்தன, என்கிறார்.

மலைமிசைதடத்தகு
மழைக்கணாலிபோன்

மலையினது மேலிடத்திலே சிந்துகிற, மேகத் திடம் பிறக்கிற மழைநீர்த் துளிகள்போல,

முலைமுகட்டுதிர்ந்தன
தெடுக்கண்முத்தினம்

மேலிடத்து நுனியிலே கண்ணீர் முத்துக்கள் சிந்தின!

கட்டம் எதுவானால் என்ன! மேலிட வருணனைக்கு ஒரு வாய்ப்புக் கிடைத்தது, விடவில்லை கம்பர்! மலை போன்றது என்று கூறுகிறார் ரசிகர்களுக்கு. எடுத்துக்கொண்ட பொருள் இராம காதை பக்தர்களுக்கு, அதிலே இந்த மலைமுகடுபற்றிய வர்ணனை ரசிகர்களுக்கு எந்தச் சமயத்திலும் ரசிகர்களை ஏமாறச் செய்துவிடக் கூடாது என்பது கம்பரின் பெருங்குணமாக அமைந்திருக்கிறது, காப்பிய முழுமையும்.

கலவிப்போர் பற்றியும் ஆங்கு நிகழும் நானாவிதமான நயங்கள் குறித்தும் பாடுவதிலே இவரை ஒப்பாரும் மிக்காரும் இல்லை என்று விருதுபெற முனைந்து பாடக்கிளம்பினவர் போலும் இந்தக் கம்பர் என்று தோன்றும், பல இடங்களிலே உள்ள பாக்களின் அமைப்பைக் கவனிக்கும்போது.

ஐயன், சீதாராமனாகப் போகிறான், மைந்தனுடைய திருமணத்தை நடத்தித் தருவதற்காகத் தசரதன் தன் பரிவாரம் புடைசூழச் சென்று கொண்டிருக்கிறார். யானையும் குதிரையும், சிவிகையும் எருதும், வாத்தியக்காரரும் வீரரும், ஆடவரும் பெண்டிரும் - பெருந்திரள் செல்கிறது. வைகுந்தத்தில், பல்லாயிரம்

தேவர்கள் புடைசூழக் கொலுவீற்றிருக்கும் மகாவிஷ்ணு அல்லவா இங்கு இராமனாக அவதரித்துள்ளார்? அப்படிப்பட்ட புருஷோத்தமனுக்கல்லவா திருமணம்? அதற்குத் தகுந்ததுபோலிருக்க வேண்டாமோ, காணச்செல்லும் கூட்டம்! என்று பாடிவிட்டாலே போதும், அந்த அளவு சுவை போதும், ஐயனையும் மறவாமல் காட்சியையும் காண்பர், களிப்பர்! கம்பர் என்ன செய்கிறார்?

பெருந்திரள் செல்லும் வீதியைப் பார்க்கிறார் எங்கும் ஒரே குங்குமக் குழம்பு சிதறிக்கிடக்கிறது. உடனே, அவருக்கு, மெல் அணை, அதாவது மெல்லிய படுக்கைமீது நினைவு பாய்கிறது; அந்தப் படுக்கையில் இப்படிக் காட்சி இருக்கும், அங்குதான்;

ஏழைய துணைமுலை குங்குமச் சுவடும், ஆடவர்
மணிவரை புயங்களிற் சாந்தும் மாழ்கிடும்

அதாவது மலரணையில்தான் ஆடவனும் ஆரணங்கும் கலவிப்போரில் ஈடுபட ஒருவரை ஒருவர் நெருங்குதலால், மாதரின் மேலிடத்தில் பூசப்பட்டுள்ள குங்குமக் குழம்பும் ஆடவர்களின் கரத்தில் பூசப்பட்டுள்ள சந்தனப்பூச்சும் ஒன்றாகக் குழைந்து, கீழே சிதறும்... இங்கு யானையும் சேனையும் செல்லும் வீதியிலே பார்த்தால், அந்தப் படுக்கைபோலவே, எங்கும் குங்குமக் குழம்பு சிதறிக் கிடக்கிறதே!! என்று எண்ணிக் களிக்கிறார். கூட்டம் அதிகம், ஒருவரை ஒருவர் இடித்துக் கொண்டும் நெருக்கிக்கொண்டும் செல்லவேண்டி இருக்கிறது - ஆடவரும் பெண்டிரும் செல்கிறார்கள். எனவே, குங்குமக் குழம்பணிக் கொங்கையரும் சந்தனப்பூச்சணி ஆடவரும் ஒருவரை ஒருவர் நெருங்கிக்கொண்டு நடப்பதால், மலரணையில், மாழ்குவதுபோல, குழம்புகள் வழிந்தொழுகுவதுபோல, இங்கும் வீழ்கிறது, சிதறுகிறது.

இணையெடுத்திடையிடை நெருக்க வேழையர்
துணைமுலைக் குங்குமச் சுவடு மாடவர்
மணிவரைப் புயங்களிற் சாந்துமாழ்கிமெல்
லணையெனப் பொலிந்தக் கடல செலாறரோ

குங்குமச் சுவடு!
சந்தனச் சாந்து!
இடை இடை நெருக்குதல்!

இவைகளை நினைவிற்கொண்டு வருகிறார்! இப்போதுதான் புறப்படுகிறார் அயோத்தியைவிட்டு - எழுச்சிப்படலம் தனி

நிருபர், நேரு பண்டிதரின் சீன விஜயம் பற்றிய செய்திகளைத் தன் இதழுக்குத் திரட்டச் செல்லும்போது என்ன வகையான செய்திகள் அனுமதிக்கும் - நேரு பண்டிதரின் நற்பெயருக்கு இழுக்கு ஏற்படாத வகையானதும், அவர் எடுத்துக்கொண்டுள்ள அரும்பெரும் செயலின் மேன்மையை அவ்வப்போது விளக்கிக்காட்டும் தரத்ததுமான செய்திகளைத்தானே தனி நிருபர் தர வேண்டும் என்று கூறுவீர்கள். கம்பர் கரிய செம்மலின் கடிமணம் காணச் செல்கிறார் தசரதன் தன் சேனையுடன்; அவர் தரும் 'பிரத்யேகச்' செய்தி, துவக்கத்திலேயே இது; கலவிப் போரில் குழைந்து சிதறிய குங்குமக் குழம்புபற்றி!

கோசலைச் செல்வன் மிதிலைச் செல்வியைத் திருமணம் செய்துகொள்வது கேட்டுத் தசரதன் மகிழ்ந்தார், இயல்புதான் - ஊரார் மகிழ்ந்தனர் 'உத்தமனாம் இராமனுக்குத் திருமணம்' இவர்கள் யாரைக்காட்டிலும் கம்பருக்கு உண்டாகிவிட்ட களிப்பு மிக அதிகம் - பொங்கி வழிகிறது.

எழுச்சிப் படலம்
வரைக்காட்சிப் படலம்
பூக்கொய் படலம்
புனல் விளையாட்டுப் படலம்
உண்டாட்டுப் படலம்

என்று பாடிப்பாடி மகிழ்கிறார். மகிழ்ச்சிகரமான வேளை! மடவாரும் மணாளரும் மந்தகாசமாக உள்ளனர். மலர்வனம்! ஊர்ப்பயணம் செல்கிறார்கள்! கம்பர் 'காலமெல்லாம் காத்துக்கிடந்த சூழ்நிலை, கிடைத்துவிட்டது' என்று களித்துக் கவிதையை அள்ளி அள்ளித் தருகிறார். சின்னஞ்சிறு பாலகர்கள் திருவிழா காணச் செல்லும்போது, தாயின் கரத்தைத் தொட்டும் கன்னத்தைக் கிள்ளியும், ஆடையைப் பிடித்திழுத்தும் "அம்மா! அதோபார் மிட்டாய்! இதோ பாரம்மா பொம்மைகள்! ஐயோ, அங்கே கருப்பட்டி! இவன் பாரம்மா ஊதுகுழல் விற்கிறான். அம்மா, பலூன்! அம்மா, அவல்பொரி" என்று தாம் காணும் பொருளை எல்லாம், ஆவல் குழையக் குழையக் கூறிக்காட்டி, வாங்கித் தரும்படி கேட்கிறார்களல்லவா.

கம்பர் திருமணம் காணச்செல்லும், திரளான கூட்டத்திலே நுழைந்துவிட்டார், கேட்கவா வேண்டும், ரசிகர்களைக் கூவிக் கூவி அழைக்கிறார், குதூகலத்தோடு கூறுகிறார். "பாவையைப் பார்!

அவளைத் தொடர்ந்து செல்லும் பாங்கனைப் பார். ஏவுகிறாள் பார். கண் அம்பு ஏங்குகிறான் பார் இளையோன்! வார்குலா முலை வைத்த கண் வாங்காது பார்த்திடும் அந்த வீரனைப் பார்!" என்று காட்சி பலவற்றைக் காட்டியபடி கவிதைகள் ஏறக்குறைய முந்நூறு பொழிகிறார் - அவ்வளவும் புண்யம் பெறவோ, பூஜிதனின், பெருமைகளை அறியவோ துளியும் உதவுவன அல்ல, முழுக்க முழுக்கக் காமச்சுவை நல்கு வன - காவியச் சிறப்புக்குத் தேவையற்றன - காவியச் சுவையைக் கூடுதலாக்குவதற்காகக் காமச்சுவையை மிகுதியுங் கூட்டத்தான் வேண்டுமென்று வாதாடுவோர் தமிழன் பெருமையையோ, புலமையின் மாண்பையோ அறிந்து போற்றுவோர் என்று எம்மால் ஒப்புக்கொள்ள முடியவில்லை! வருந்துகிறோம்; இந்தப் பகுதியிலே வரும் கவிதைகளிலே சிலவற்றைப் படித்திடும் 'பேறு' பெண்டிருக்குக் கிடைக்குமானால், 'ஐயகோ! எம்மை இப்படி எல்லாமா அப்புலவன் இழித்துரைத்திருக்கிறான்!' என்று பதறிக் கேட்பர். அவ்வளவு நுணுக்கங்கள் நெளிகின்றன கவிதைகளில்.

வார்குலா முலைமீது வைத்த கண்ணை வாங்கிடாததால் மாமதயானைமீது மோதிக்கொண்ட ஆடவனைப் பற்றிய வர்ணனை, உள்ளவைகளிலே மிகமிக நாகரிகமான கவிதை.

சுழிகொள் பாய்பரி மீதிருந்த தோகையாள் நழுவி வீழ, அவளைத் தாவி எடுத்துத் தழுவியபடி நின்ற ஆடவனைப் பற்றிய கவிதை நாசுக்கானது. ஆனால், மேலால் செல்லச் செல்ல, சூடு ஏற ஏற இசைவாணர்களுக்குச் சாரீரம் வெண்கல நாதம் பெற்று, அதற்குமுன்பு 'சஞ்சாரம்' செய்ய முடியாத இடங்களுக்கெல்லாம் சென்று, நின்று, வளைந்து நிமிர்ந்து பாடும் பான்மைபோல, இத்தகைய கவிதைகளைப் பாடிப்பாடி மகிழ்ச்சி மதுவை உண்ட பிறகு, கம்பர் கட்டுக்கு அடங்காமல் கனவேகத்தில் எல்லா இடங்களுக்கும் செல்கிறார், எல்லாவற்றையும் எடுத்தெடுத்துக் காட்டுகிறார்!!

துகில் வீழத் தளிர்க்கையால் அணைத்துக்கொண்டு ஆடை அவிழ்ந்துவிடுகிறது, அதை உணர்ந்த ஆரணங்கு தன் மெல்லிய கரத்தால், நெகிழ்ந்து விழும் ஆடையைப் பற்றியபடி ஓடுகிறாள் - வேழம் வருகிறது என்ற அச்சத்தால்!

மற்றோர் மாது, மெல்லிய ஆடையை அணிந்திருக்கிறாள் - இப்போது திரைப்படக் காட்சி மூலம் தீயன புகுந்துவிடாமற்

தடுப்பதற்காக அமர்த்தப்பட்டிருக்கும் கத்தரிக்கோலார் நிச்சயமாக அனுமதிக்க மாட்டார் - அவ்வளவு மெல்லிய ஆடை - எவ்வளவு மெல்லியது என்று எண்ணுகிறீர்கள் - உள்ளே உள்ள படர் அல்குல் வெளியே தெரிந்துவிடும் அளவுக்கு மெல்லிய ஆடை - வெளியே தெரிவது என்றால், குறும்புக் குணமுடைய குமரர்கள் கூர்ந்து நோக்கினால் தெரிவது அல்ல, ஆடிடும் மயிலுக்குத் தெரிந்துவிடுகிறது அக்காட்சி, அதனை அது அரவம் என்று எண்ணிடுமோ, பாம்பைக் கண்டால் மயில் கொத்திக் கொல்ல வருமே, என்ற அச்சம் அணங்குக்கு வந்துவிடுகிறது. பூவை வெட்கி, அஞ்சிப் பூங்கொம்பினருகே மறைந்துகொள்கிறாள்.

மயிலுக்குத்தான் பாகொக்குஞ் சொல்பாவை அஞ்சினாள், மைந்தர்களிடம் அச்சம் ஏன் கொள்ள வேண்டும். எனவே பெண்கள் ஆடிப்பாடித் திரிகின்றனர்: ஆடவரும் ஆனந்தமாக உள்ளனர்.

“பெண்ணே! அதோ அந்தச் செவ்விளநீர்க் காய்களைப் பார்த்தாயா?”

“ஆமாம்! அழகாகத்தான் உள்ளன.”

“கண்ணே! இளம் பெண்களின் மேலிடம்போல இருக்கிறதல்லவா, செவ்விள நீர்க்காய்!”

“ஆஹா! எந்த மங்கையின் மேலிடத்தைக் கண்டுவிட்டு இவ்விதம் பேசுகிறீர்!”

இப்படி எல்லாம் உரையாடல்! அற்பன் நான் கூறுவதல்ல, அரிதாசனாம் கம்பன் அழகுக் கவிதையில் கூறியிருக்கிறார்!

செம்மாந்த தெங்கின்னிள நீரை
யோர் செம்மனோக்கி
யம்மா விவை மங்கையர் கொங்கையினாய வென்ன

என்பது கம்பர் வாக்கு; அயோத்தி ஆடவனின் நோக்கு எத்தகையது என்பதை விளக்க.

செம்மாந்த - ஓங்கி வளர்ந்த; தெங்கின் - தென்னை மரத்திலுள்ள; இளநீர - இள நீர்க்காயை; ஓர் செம்மல் - ஒரு தலைவன்; நோக்கி - பார்த்து; அம்மா - ஆச்சரியம்! இவை - இந்த இளநீர்க் காய்கள்; மங்கையர் - பெண்களுடைய; கொங்கையின் - மேலிடம்போல்; ஆய - உள்ளன; என்ன - என்று கூற,

மற்ற இரண்டடி கோபித்துக்கொண்ட கோகிலத்தைப் பற்றி!

இவன் அதிர்ஷ்டக்கட்டை! இளநீர்க் காயைப் பார்த்து இளிக்கிறான், இங்கிதம் தெரியாமல் தன்னை உடைமையாகக் கொண்டவள் எதிரிலேயே பேசியும் விடுகிறான், பெரும்பிழை செய்கிறான். இதோ இவனைப் பாருங்கள்!

நீர் குடைந்து ஆடும் மாதர் குழாம் புடை சூழ நின்று களிக்கிறான்.

அதோ ஓர் அணங்கு அன்னம் நீந்திச்செல்வதுபோல! இதோ ஒருத்தி, குவளை எது? கண் எது என்ற மாறுபாடு தெரியவில்லை! இப்படி இளமங்கையர், அந்த நீர்நிலையிலே குடைந்து ஆடுகிறார்கள்; அங்கு யார் செல்ல முடியும்! பண்பல்லவே! ஆனால், சென்று கண்டால்? மகிழ்ச்சிதான்! அனைவருக்கும் அந்த மகிழ்ச்சி கிடைக்கட்டும் என்று தம் கவிதா சக்தியைக் கொண்டு படம் பிடிக்கிறார்; அப்படிப்பட்ட படப்பிடிப்பிலே இதுவொன்று.

குடைந்து நீராடுமாதர் குழாம்புடை சூழ வாழித்
தடபுயம் பொலிய வாண்டோர்
தார்கெழு வேந்தனின்றான்,

தார்கெழுவேந்தன் நிற்கிறான் - மாலையணிந்த மன்னன்! எங்கு? களத்தில் களிறும் பரியும் நிரம்பி, வேலும் வாளும் ஒலிக்கும் களத்தினிலேபோலும் என்று எண்ணுவீர். கம்பர் காட்டிடும் தார்கெழு வேந்தன் தடம்புயம், பெரிய புயங்கள் உள்ளவன் தான், வலிவும் பொலிவும் நிரம்பியவன், அவன் நிற்கும் இடம், களமல்ல, குளம்! அவனைச் சூழ இருப்பவர் பகைவரல்ல பதுமலோசனிகள்; நீராடும் மாதர்! நிற்கலாமா என்று கேட்கத் தோன்றுகிறது. பண்பல்லவே இது. பாவையர் குளிக்கும் இடம் - அங்கு ஆடவர் இருத்தல் அழகு ஆகாதே என்று கூறுவீர்கள். உங்களுக்கென்ன தெரியும், உதவாக்கரைகள்! காவியமென்றால், இந்த 'ரசனை' எல்லாம் இருத்தல் வேண்டும் என்கிறார்கள் கலா ரசிகர்கள். குளத்திலே குடைந்து விளையாடும் மாதர் - அவர்கள் புடைசூழ நின்ற அந்த மன்னவன், தென்னையின் இளநீர்க் காயைக் கண்டே மனதைக் குழப்பிக்கொண்ட ஆடவனைவிட அதிர்ஷ்டசாலியல்லவா! ஏன்! கார்மேக வண்ணனாம் கண்ணனை விட இவன் அதிர்ஷ்டக்காரனய்யா! கண்ணன் கூடப் புன்னை மரத்தின்மீது உட்கார்ந்து கொண்டு, புல்லாங்குழலும் ஊதிக்கொண்டு கீழே தடாகத்தில் நீராடிக்கொண்டு இருந்த பெண்களைக் கண்டார். இவன் பக்காப்பேர்வழி! குளத்திலேயே, இறங்கிவிட்டான். இவனினும்

உரம்பெற்றவர்களாக அல்லவா அந்த உல்லாசிகள் இருக்கிறார்கள். அவன் நிற்கிறான் - இவர்கள் நீந்தி விளையாடுகிறார்கள். குடைந்து நீராடும் மாதர் புடைசூழ அவன் நிற்கிறான்! அந்த மாதர்களின் 'மன்னர்கள்' என்ன எண்ணினரோ, பாபம், கம்பர், அனுதாபத்துடன் அவர்களைப்பற்றி ஏதும் கூறாமல் விட்டுவிட்டார்.

குடைந்து நீராடினர் என்றால், ஆடையுடன் இருந்து இருக்கக்கூடாதோ, நீ ஏன் அவர்களே நிர்வாணமாக இருந்ததாக இட்டுக்கட்டிக்கொண்டு இது சரியா, இது தகுமா என்று குடைகிறாய் என்று கேட்டிட எண்ணும் கலாவாணர் இருக்கிறார்; உணர்கிறேன், எனக்கும் அத்தகைய கலாவாணர்களுக்கும் ஏன் வீண் மனஸ்தாபம் என்பதற்காகப் பாடுவதுபோலக் கம்பர் நீராடிய மடவார் எந்த நிலையில் இருந்தனர் என்பதைத் தெளிவாகக் காட்டிவிட்டிருக்கிறார் - கவிதையில்! எழுச்சி குதித்துக் கூத்தாடும் நடை அழகுடன் கூறுகிறார், கேண்மின்.

தேரிடைக் கொண்ட அல்குல்
தெங்கிடைக் கொண்ட கொங்கை
யாரிடமும் கொள்ள ஒண்ணாத பேரழகு

இவை வாய்க்கப்பெற்ற பெண்கள்! பொருள், எளிது எளிதுதான். தேர்த்தட்டு போன்ற அல்குல்; இடை என்று இதனைக் கூறுவோர் இடை, கொடிபோல் இருத்தல் வேண்டும் என்பதை எண்ணிடுவாராக, தென்னைமரத்திலுள்ள இளநீர்க்காய் போன்ற மேலிடம். யாரிடமும் பெறப்பட முடியாததான ஒப்பற்ற அழகு, இப்படிப்பட்ட மங்கையர், நீரில் மூழ்கி விளையாடுகிறார்கள்.

தேர்த் தட்டும், தெங்கின் காயும், வெளியே தெரிகிறது - கவிக்கு. எனவே அந்தத் தடம்புயம் தார்கெழு வேந்தனும் கண்டிட வாய்ப்பு இருக்கிறது. புனல் விளையாட்டுப் படலம், கவிதை எண் பதினேழு.

இவ்வளவு 'சவிஸ்தாரமாக'க் கூறியும் திருப்தி அடையாத தீந்தமிழ்ப் புலவர் பெருமான் இந்த மங்கையர் நீந்தி விளையாடியது எங்ஙனமிருந்தது எனில் என்று கூறுகிறார் - ஆபாசத்தின் எல்லைக்குச் சென்று விடுகிறார் அநாயாசமாக.

செவ்வாய் வெளுப்ப
கண் சிவப்புற
மெய் அராகம் அழிய

துகில் நெக
தொய்யின் மாமுலை மங்கையர்
தோய்தலால்
பொய்கை
காதல் கொழுநரும்
போன்றதே!

நீராடுமிடமும் காதலாடிடும் கணவரும் ஒன்றுபோன்றதே என்கிறார். ஏன் எப்படி என்பீர்கள்? கணவருடன் கூடிக் களித்தால் என்ன நிலை ஏற்படுமோ, அது இங்கே நேரிட்டுவிட்டதே - குளமும் கணவரும் ஒன்றுபோலத்தான், என்று கூறிவிட்டு, மறுக்க முடியாத திறமையுடன் வாதாடுகிறார், சந்தேகிப்பவனைப் பிடித்திழுத்து வந்து கேள்விகள் கேட்டுப் பதில் வாங்குவதுபோலக் கவிதையில் திறமையைக் காட்டுகிறார்.

ஆடவருடன் நேரிழையார் கூடிடின் என்ன நேரிடும்?

செந்நிறமாக இருந்தவாய், வெளுப்பாகும்,

(அதரபானம் செய்வதால்)

கண் சிவந்துவிடும்,

(காமக் களியாட்டத்தால்)

கொங்கையில் எழுதி இருந்த தொய்யில் அழிந்துபடும்.

(தடப் புயத்தால்)

துகில் நெகிழும்,

(துவக்கமே அது ஆகலான்)

எனவே, பொய்கையும் கணவரும் ஒன்று போன்றதே! என்று கூறுகிறார். எத்துணை நுணுக்கமான காமச்சுவை - இதற்கோ பெருங்காப்பியம் பாட முனைந்தார்! நெகிழும் ஆடை, தொய்யில் அழிந்த தனம், வெளுத்த உதடு சிவந்த கண், இவைகளைக் காணவா இராமாயணம்! இத்தகைய காட்சிகள் காம விசாரத்தை உண்டாக்கிக் கடவுட் காதைக்கு உரிய மாண்பினையே மாய்த்துவிடும் என்பது எம் எண்ணம்.

ஆடினர், பாடினர் - ஆடவரும் மடவாரும் எனினும் அவர்தம் சிந்தைகெடவில்லை, சீரிய தன்மை பாழ்படவில்லை என்று கவி கூறவுமில்லை. பாதுகாப்பு நோக்கத்துக்காகவேணும்!

அவர் அவருடைய ஆதரவாளர்கள்போல, ‘இளைமறை காய்’ நோக்கினருமல்ல! புனல் விளையாட்டு, காமத்தீயைக் கிளப்பிவிடத்தான் செய்தது, என்று கூறி என் சார்பில் வாதாடுகிறார் ஒரு கவிதை மூலம்;

குளம் கொதிப்பெடுத்துவிட்டது - தேன் சிந்தும் மலர்கள் நிரம்பிய குளம் - அந்தக் குமாரி குளித்ததால்! உடல் வெப்பம் போகக் குளிர் நீரில் குளிக்கச் செல்கிறார்கள் - இந்த மங்கையும் அதுபோலவே சென்று நீராடுகிறாள் - ஆனால் அந்த நீர் நிலை நெருப்பிலிடப்பட்டதாகிவிடுகிறது; கொதிக்கிறது! ஏன்! தீ மூட்டிவிட்டாள் அந்தத் - தளிர் மேனியாள், அவள் மீதும் குற்றமில்லை - அவள் கண்ட காட்சியோ கொண்ட எண்ணமோ அவளுக்குக் காமத்தீயைக் கிளப்பிவிட்டுவிட்டது. அதனாலேயே குளிர்பொய்கைக்கே சூடேறிவிட்டது.

காமத்தால் வெதும்புவாள் என்று விளக்கமாகவே கவி கூறிவிட்டார். காமத்தீ, அவளையும் அவள் சேர்ந்தாடிய குளத்தையும் சும்மாவிடுமா கேளுங்கள் கவிதையை.

கதம்ப நாள்விரை கள்ளவிழ் தாதொடுந்
ததும்பு பூந்திரைத் தண்புனல் சுட்டதா
னிதம்ப பாரத்தோர் நேரிழை காமத்தால்
வெதும்பு வாளுடல் வெப்பம் வெதுப்பவே

காமத்தால் வெதும்புவாள் - காமவேதனையால் வெப்பம் கொண்டவளும்; நிதம்பம் பாரத்து ஓர் நேர் இழை - நிதம்ப பாரத்தைக் கொண்டவளுமான அழகிய ஆபரணம் அணிந்த மடந்தை ஒருத்தியின்; உடல் வெப்பம் - உடம்பின் கொதிப்பு; வெதுப்ப - சுட்டதாலே; கதம்பம் - நறுமணப் பொடியும்; நாள் - அன்று மலர்ந்த; விரை - மணமுள்ள; கள் அவிழ் - தேன் சிந்தும்; தாதொடு ததும்பு பூ - தாதுக்களோடு மலரும் உள்ள; திரை தண்புனல் - அலைகளுள்ள குளிர்ந்த தடாகமும்; சுட்டது - வெப்பம் கொண்டது.

நிதம்பம் என்பதற்குக் கம்பரின் ஆதரவாளர்கள் எவ்வளவோ பாதுகாப்புடன் இருந்தும் தரக்கூடிய பொருள்; இடையின் பின்புறக் கீழ்ப்பக்கம் என்பதாகும்!

உள்ளத்திலே காமத்தீ மூண்டிட, உடல் வெப்பம் கொள்ள, அவள் தீண்டியதால் தடாகமே சுட்டதாம்.

எனவே, புனல் விளையாடிய பூவையர், எத்தகைய உணர்ச்சி வயப்பட்டிருந்தனர் என்பது தெரிகிறது - கம்பர் அதனையும் கூறுகின்றார். அத்தகைய பெண்கள் புடை சூழ நிற்கும் ஒரு ஆண் தகை பற்றியும் கூறுகின்றார்! நல்ல வேளையாக அத்தோடு விட்டார்.

ஆடவனின் மனம், இத்தகைய காட்சிகளைக் கண்டும் தொடாமல் இருந்திடுமோ. அவர்கள் பட்ட பாட்டினையும் அவர் பாட்டாக்கித் தந்திருக்கிறார்.

எரிந்த சிந்தையர் என்கிறார் அந்த ஆடவர்களை! மனதிலே வெப்பம் மூண்டுவிட்டது, அவர்களுக்கு! மூளாமலிருக்கவா முடியும் - அவர்கள் அங்கு காண்பதோ பொற்கலசங்கள். அவைகளை உரியவர் ரசித்துள்ளனர் என்பதை எடுத்துக் காட்டும் நகக்குறிகள். கண்ட காளையர், கொண்ட வெப்பம் கொஞ்சமாகவா இருந்திருக்க முடியும் - எனவேதான், கவி, எரிந்த சிந்தையர் என்றார்! நாம் கேட்பது, குளிக்குமிடம் சென்று, பொற்கலசங்களைக் காண்பது குணவான்களின் செயலா - அயோத்தி ஆடவர் அங்ஙனம் செய்தது அழகா? அதனை எல்லாம் அரி அவதார மேன்மைக்காக எழுதப்பட்ட காதையிலே குழைத்திடலாமா என்பதுதான்.

சந்தனம் அழிந்து போய்விட்டதால், கூரிய நகக்குறிகளோடு காணப்பட்ட மேலிடங்கள் அழகிய நூலைப் பக்கத்திலே சுற்றியுள்ள பொற்கலசங்களைப்போலிருக்கக் கண்டதால், காம வெப்பம் கொண்ட ஆடவர்கள், எத்தனை பேர் என்று எண்ணிச் சொல்ல வல்லேனோ என்கிறார் கவி.

எரிந்த சிந்தையர் எத்தனை என்கனோ
வரிந்தகூர் உகிராய் அழி சாந்து போய்த்
தெரிந்த கொங்கைகள் செவ்விய நூல்புடை
வரிந்த பொற்கலசங்களை மானவே.

தெரிந்த கொங்கைகள்! எரிந்த சிந்தையர்! கொதித்த குளம்! - இவ்வளவுதானா - கண்ணடிக்கும் கட்டழகியும் வருகிறாள்.

மடவாரும் வெப்பம் தாக்குண்டு - ஆடவரும் அங்ஙனமே - அந்த ஜோடியில் ஒன்றைக் காட்டுகிறார் கவி. - அவன் கை காட்டுகிறான், அழைப்பு - அவர்களுக்குச் சம்மதம். அதை அவள் தன் தோழியின் கடைக்கண் மூலமாகத் தெரிவிக்கிறார். புனல் விளையாட்டுப் படலம் 28ஆம் பாடலில், இந்தத் தடாகத் தபால் முறை விளக்கப்பட்டிருக்கிறது.

பூக்கொய்து புனல்விளையாடி வெப்பம் கொண்டு கை ஜாடைக்குக் கண்ஜாடை காட்டிவிட்டு, வீடு திரும்பினர் பிறகு - பிறகா; பீறிட்டுக்கொண்டு வெளிவருகிறது கம்பரசம்.

வெண்ணிலா தன்னொளி பரப்பிற்று; இராமனுடைய தூயமனம் போலவா - தசரதனுடைய வெண்கொற்றக் குடைபோலவா - அல்ல, அல்ல, காமம் மிக்கு ஒழுக்கிற்று என்ன என்று அறிவிக்கிறார் அரிதாசர், பளிச்செனப் புரிய வேண்டும் என்பதற்காக, காமம் மிக்கு ஒழுகிற்று என்று கூறியதுடன் கள் வெள்ளம் புரண்டுவருவதுபோல என்றார்.

வெப்பம் கொண்டு இருபாலரும் விடுதி திரும்பினர் - அவர்களை நிலவு மகிழ்விக்க வந்தது - அந்த நிலவொளி எங்ஙனமிருந்ததென்றால், காமம் மிகவும் வெளிப்பட்டதுபோலவும், கள்வெள்ளமாக ஓடியதுபோலவுமிருந்தது, மதி நிறைந்தது, மதுக்குடம் தெரிகிறது. காமுற்ற இருபாலரிடம் கட்குவளைகள்! உண்டாட்டுப் படலத்தில் முதற்பாடலே இது; அவர்கள் இனி உண்ணப்போவது என்ன, ஆடப் போவது எவ்விதம் என்பதை எடுத்துக்காட்டுவதுபோல, இனி அவர்கள் கள்ளைக்குடித்துவிட்டு காமக்கூத்தில் ஈடுபடப் போகிறார்களென்பதைச் சுட்டிக்காட்டி யாகிவிட்டது - முதற் பாட்டிலேயே; அந்தக் கூத்து நடந்து தொலைக்குமட்டும் கவி, வேறு பொருள் பற்றிக் கூறிடலாகாது; இதை இனியும் காணவல்லேன் அல்லேன்; என்று கூறியபடி மதி எனும் மங்கை நல்லாள் மறைந்திடக் கண்டான், சுடுகிறேன் அவர் தமை என்று சூளுரைத்துமே கதிரவன் எழுந்தான் காணீர் - என்று ஒரே பாடலோடு முடிந்திடலாகாதா! நம்மைக் கூறுவர், சரியப்பா! காமச்சுவை இருக்கிறது என்று ஒரு வரியோடுவிட்டுத் தொலைக்காமல், துளைத்துத் துளைத்துக் காட்டுவதா - என்று வெட்கத்தால் தாக்குண்டவர்கள். கம்பர் இந்த உண்டாட்டுப் படலத்தில் 67 பாடல்கள் பாடி இருக்கிறார். அவ்வளவும் ரவிவர்மா கைவண்ணத்தோடு வெளிவந்தால், உலக உல்லாசக் கூடக் கண்காட்சியில் முதலிடம் பெறும். அவ்வளவு ரசம்!!

மகளிர் கள்ளைக் குடிக்கும்போதே, வழி நடந்த களைப்புத் தீர வேண்டும் என்றோ, அலுத்து உறங்க வேண்டும் என்றோ எண்ணவில்லை! பஞ்சைகளன்றோ அவ்விதம் எண்ணுவர்! இவர்கள் கொஞ்சுமொழிப் பாவையர், எனவே, தங்களை ‘யுத்தத்துக்கு’த் தயாரித்துக்கொள்ளவே, குடிக்கிறார்கள்.

குடித்தார்கள், குடித்தார்கள் என்று குறை கூறாதே, அவர்கள் குடித்தது, தேன் அல்லது, மலரும் வாசனைப் பொருள் களும் சேர்ந்த சுவைமிகு பானம் - கள் அல்ல! என்று வாதாடிப் பார்க்கிறார்கள் சிலர்.

"பைத்தியக்காரி! இது ஏதோ உடலுக்குக் கெடுதல் என்று எண்ணுகிறாள்! இது அவ்வளவும்! பிளட் (Blood) டானிக்!" என்று, 'இழந்த காதல்' நாடகத்தில் ஒரு கட்டம் வரும்; அதுபோலச் சிலர், அயோத்தி அணங்குகள் போதை சாப்பிடவில்லை என்று கூறுவர்! உள்ளதை மறைக்க வெகுபாடுபடுகிறார்கள்!!

கண் சிவக்கிறது, நிலை தடுமாறுகிறது, ஒரு பொருள் மற்றொன்றாகத் தெரிகிறது, எதிரில் இருப்பது இன்னது என்று தெரியவில்லை, பாத்திரத்தில் பானம் இருப்பதும் தீர்ந்து போனதும் புரியவில்லை. நிலவுக்கும் கள்ளுக்கும் மாறுபாடு தெரியவில்லை. நிமிர்ந்து பார்க்க முடியவில்லை. நாக்குக் குழறுகிறது. வார்த்தைகள் பொருளற்று உருள்கின்றன. காரண மற்றுச் சிரிப்பு, கைகொட்டி ஆடுவது - இது தேன் உண்டதின் இலட்சணமா!!

இவ்வளவு வருகிறது, கம்பர் கவிதையில் தெளிவாக, உண்டாட்டுப் படலத்தில்.

மலரணை! மலர் சூடிய மங்கையர்! மதுக்குடம் இப்படித் தான் ஆரம்பமாகிறது; உண்டாட்டுப் படலம் ஆறாம் பாடல், கலவிப்போரில் நாம் தோற்றுவிடக் கூடாது, களித்திட வேண்டும் என்ற கருத்துடனேயே பருகுகிறார்கள் - பஞ்சை பராரிகள் அல்ல. எனவே புளித்துப்போன கள்ளை மண் பாண்டத்தில் வார்த்துக் குடிக்கவில்லை - பொற்கிண்ணத்தில் புதிய மதுவை ஊற்றிக் குடிக்கிறார்கள். உண்ட கள் காமத்தை மூட்டுகிறது! கவிதை 9. ஓமகுண்டத்திலே நெய்யை ஊற்றினதும் தீ மேலே எழுவதுபோல, உள்ளே மது சென்றதும், மூண்டு கிடந்த காமம் மேலே எழுகிறது.

வெம் காமம் கனலினை
கனற்றிக் காட்டிற்று!

சாதாரணக்குடி அல்ல! பட்டதும், வெடித்தெழுகிறது காமம்! இராமபாணத்தின் சிறப்பைப் பிறகு பாடலாம் இப்போது இந்த ரசபானத்தின் சிறப்பைக் கூறி முடிப்போம் என்று கம்பர் விரிவாகவே, அதனால் ஏற்பட்ட சேட்டைகளைக் கூறுகிறார்.

மதுவிலே தெரியும் உருவு கண்டு, அதனைத் தோழி என்று எண்ணுகிறாள் ஒருத்தி, மதுவிலே தன்முகம் தெரிகிறது, போதை ஏறிய நிலையில் இருப்பதால் வேறு யாரோ ஒருத்தி, தன்னிடம் உள்ள மதுவைப் பருக வருகிறாள் என்று எண்ணிக்கொள்கிறாள். இவள், குவளையில் ஒன்றுமில்லை நிலவொளி அதிலே வீசுகிறது. அதைக் கள் என்று எண்ணிக்கொண்டு குடிக்க முயல்கிறாள், இன்னொருத்தி. ஒருத்தி வள்ளலாகி விடுகிறாள். வானத்து நிலவு வட்டிலில் தெரிகிறது, வா! வா! வந்து நீயும் கொஞ்சம் பருகு, அஞ்சாதே வா! என்றே அழைக்கிறாள். ஒருத்தி எங்கே அந்த மனுசன்! நேரம் நினைப்புத் தெரியாத ஆசாமி! "போடி! அழைத்து வா ஓடு!" - என்று தூது அனுப்புகிறாள். ஒருத்தி பஞ்சணையில் படுத்திருந்த தன் பதியைப் பாதத்தால் உதைத்து, பதைப்புறு காதல் கொள்ளும்படி செய்கிறாள், மன்மதனே களிப்படைகிறானாம், அவர் தம் சொல்லைக் கேட்டும், செயலைக் கண்டும்!!

குளித்தது கூடியதுபோலவே இருந்தது என்று கூறினது போலவே, குடித்ததும் கலவி போன்றே இன்பமளித்தது என்றார்; எதுகை மோனை மட்டுமல்ல, எல்லா ரசபாவங்களும் அனுபவ பூர்வமாகத் தெரிந்திருக்க வேண்டும், அல்லது அத்தகைய சுகானுபவத்தைப் பெற்றவர்களின் தோழமை இருந்திருக்க வேண்டும், இவ்விதம் கவிதை இயற்ற; சும்மா வராது!

இலவு இதழ் - இலவம் பூ போன்ற அதரம்; துவர்விட - செந்நிறம் நீங்கவும்; எயிறு தேன்வர - பற்களிலிருந்து தேன் போன்ற நீர் வெளி வரவும்; முலைமிசைக்கொடு கலையு மூட்டற - மேலிடத்திலே இருந்த கச்சும், மறைவிட ஆடையும் முடிச்சு அவிழ்ந்துவிட; அலைகுழல் சோர்தர - அலையும் கூந்தல் அவிழ்ந்து தொங்க; அசதி ஆடலான் - பரிகாசச் சிரிப்புப் பிறப்பதால்; கொழுநற் செய்கலவியும் கள்ளும் ஒத்த - கணவர் செய்கின்ற கலவியும் கள்ளும் ஒத்து இருந்தன. செய்யுள் 24.

தோடவிழ் கூந்தலாள், அல்குலில் பரந்த மேகலை பற்றி இழுத்திடும் ஆடவர், உதிரும் மணிகள், உளறும் வாய்கள், சிவந்த கண்கள், உகுத்த கண்ணீர், உருண்ட குவளைகள் - எல்லாம். அரபி தேசப் பாதுஷாக்கள் ஆயிரம் அழகிகளுடன் கொஞ்சி விளையாடிய கோலாகலக் காட்சி பற்றிக் கூறப்படும் கதை யையும் மிஞ்சும் விதமாகச் சித்தரிக்கப்பட்டுள்ளன.

பதைத்தவள் பாதத்தால் உதைப்பதும், பல வகையான முறைகளறிந்த ஆடவர் போரில் ஈடுபடுவதும், பால்வண்ண

நிலவும், பளிங்குக் கிண்ணத்தில் வார்த்த பசு நறுந்தேறலும், தந்த வரப்பிரசாதம்!

மிக மிக அந்தரங்கமான விவகாரத்தையும் அவர் விடுவதாக இல்லை.

நறை கமழலங்கண் மாலை நளிர்
நறுங்குஞ்சி மாந்தர்
துறை யறிகலவிச் செவ்வி தோகையர்
தூசு வீசி
நிறையகல் அல்குல் புல்கும்
கலைபழித் தகல நீத்தா
ரறைபறை யனைய நீராரரு
மறைக்காவரோ தான்,

நறைகமழ் - தேன் மணம் வீசும்; அலங்கல் மாலை - அசையும் மாலை; நளிர்நறுங் குஞ்சி மாந்தர் - சூடிய நறிய குடுமியை உடைய ஆடவர்கள்; துறை அறி - கலவிக் கரணமறிந்த; கலவிச் செய்வி தோகையர் - புணர்ச்சிக்குரிய பக்குவமுடைய பெண்கள்; தூசி வீசு - ஆடைகளை எடுத்தெறிந்துவிட்டு; கலவித் துறையிலே கைதேர்ந்த காரிகையர் - பக்குவமிக்க பாவையர், அவர்தமை நெருங்கிய மலர் சூடிய ஆடவர், ஆடைகளைக் களைந்து எறிந்து விடுகிறார்கள்.

போதுமே! மற்றது புரிந்துகொள்ளலாமே, என்பீர்கள். அவர் விடுவதாக இல்லை.

நிறை அகல் அல்குல் - நிறைந்து அகன்ற மறைவிடத்தை

புல்கும்கலை பழித்து - நெருங்கிச் சூழ்ந்திருந்த மேகலாபரணத்தை வெறுத்து

நீத்தார் - வீசி எறிந்தார்கள்

இவ்விதமெல்லாமா செய்வது என்று அனுபவமற்றவர்கள், ரசமறியாதார் கேட்டால் என்ன செய்வது என்று எண்ணிய கவிச் சக்கரவர்த்தி, அந்த ஆடவன் செய்தது முற்றிலும் சரியான காரியம், நடைபெறப் போவதோ பரம ரகசியமான காரியம், மேகலாபரணம் இருந்தால் ஒலி கிளம்பும், விவகாரம் வெளியாருக்குத் தெரிந்துவிடுமே, அதனால்தான் அல்குல் சூழ் மேகலையை அறுத்து எறிந்தான், என்று கூறுகிறார்கள் - அதற்கு ஒரு உவமையும்

அருளுகிறார்! பறைபோல் ஒலிக்கும் தன்மையுடையவர்களை, பரம ரகசியம் நிகழ்ந்திடும் இடத்தில் இருந்திட அனுமதிக்கக் கூடாதல்லவா என்று கேட்கிறார்.

அறைபறை அனைய நீரார்
அருமறைக்கு ஆவரோதான்

- எனும் கவிதா வாக்கியம் காண்க.

நல்ல வாய்ப்பு இதை இழந்துவிட்டோமே - கலவிப் போரின் போது, மேகலை ஆட, அதன் ஒலி கேட்கும் போது, அலாதியானதோர் இன்பமல்லவா கிடைக்கும்; நாம் இங்கு, அறுத்து எறிந்துவிட்டனர் மேகலாபரணத்தை என்று கூறிவிட்டோமே! என்ன காரியம் செய்துவிட்டோம். பெருந்தவறு என்று கம்பர் கவலை கொண்டுவிட்டார் என்று தெரிகிறது. அதனால்தானோ என்னவோ கலவிப்போர் ஒலியையே கூட ஒரு கவிதையில் காட்டிவிட்டார் துணிந்து - ஆபாசத்தின் உச்சி மேல் ஏறி நின்றுகொண்டு தசரதன் தன் பரிவாரம் புடைசூழ மிதிலையில் நடைபெற இருக்கும் சீதா கலியான வைபத்தைக் காண கானிடை செல்லும் போது நடைபெற்ற லீலா விநோதங்கள் தாமே இவை.

கம்பர், கானிடை கிளம்பிய பலவகை ஒலிகளைத் தெரிவிக்கிறார் - எந்தக் கவிஞனும் தெரிவிக்கக் கூசும் ஒலி உட்பட!

புதுக்கொண்ட வேழம் பிணைப்போர் புனைபாட லோதை - புதிதாகப் பிடித்துக்கொண்டு வந்த யானைகளைக் கட்டுகிறவர்கள் அமைத்த பாடலின் ஓசை.

மதுக்கொண்ட மாந்தர் மடவாரின் மிழற்று மோதை - குடித்துவிட்ட ஆடவர் மடவாரிடம் பேசும் வெறிப் பேச்சின் ஓசை.

பொதுப் பெண்டி ரல்குற்புனை மேகலைப் பூசலோதை - பொதுப் பெண்டிர்களின் கலவிப்போரின் போது எழும் மேகலாபரணத்தின் ஓசை

கதக்கொண்டயானை களியாற் களிக்கின்ற வோதை - மதம்; பிடித்த யானைகள் களிப்பால் (பிளிருகின்ற) இடுகின்ற ஓசை!!

இவை சூழ்ந்தன என்கிறார் கவி. காமச்சுவையைக் கண்டபடி கூட்டிவிட்டுக் கம்பரசத்தைக் கொண்டமட்டும் பருகிவிட்டு.

ரகுபதி ராகவ ராஜாராம்
பதீத பாவன சீதாராம்

என்று பாடி, தாளம் கொட்டினால், ஜென்ம சாபல்யம் ஆகும் என்று நம்புகிறார்கள். வெப்பம் மிகும் - வேறு கவிதைகளையும் மேலும் மேலும் விளக்கிக்கொண்டே போனால் என்று அஞ்சி, மேகலா பரணம் கலவிப்போரினால் ஓசையைக் கிளப்புவதைக் கூறுமளவுக்குச் செல்லத் துணிந்த தூயவரிடம் நாம் 'இராமரசம்' எதிர்பார்த்தால் ஏமாற்றமடைய வேண்டியதுதான். அவர் காவியம் இயற்றியது 'கம்பரசம்' அளிக்க - என்பதை அறிந்து, "இராமா! உன் கதை இப்படிக் கறைபட்டுப் போகலாமா! என்று கூறி முடிக்கிறோம்.

கம்பர் "விழா"

"*எ...ன்...னா....டா... அது... டேய்... யாருகிட்டேடா... ஓங்க அப்பண்டா நானு... டேய்!*"

ரொம்ப மட்டரகம்! வலிச்சண்டைக்கு இழுக்கிறான் வெறியன். வாய்க்கு வந்தபடி ஏசுகிறான். பேச்சிலே உள்ள விளைவுகளை, உடல் வளைவு மிஞ்சுகிறது. வீரதீரமான போருக்குத் தயார் என்று கூறுகிறான். விழுந்தால் எழுந்திருக்க முடியாத நிலையில் உள்ள அவன். இத்தனைக்கும், இவனை அறை கூவி அழைப்பதாக இவனாக எண்ணிக்கொண்டிருக் கிறானே, ஓர் உருவம் கண்டு, அது விளக்குக் கம்பந்தான்! விழியும் மொழியும் பிழைபட வேலை செய்கிறது!! ஏன்? கொண்டாட்டம்? விழா!

இது விழாவா? குடித்துவிட்டு ஆடுகிறான் எவனோ ஓர் குணங்கெட்ட பயல் என்று கூறுவதைவிட்டு, கொண்டாட்டமாம், விழாவாம்! என்னய்யா, வேடிக்கையாக இருக்கிறது? விழா, எனின் அகமும் முகமும் மலர அன்பு மொழியினை அள்ளி வீசி இன்பமாகக் குடும்பத்தினர், உற்றார் உறவினர், நண்பருடன் அளவளாவுவதன்றோ முறை? எவனோ ஓர் குடியன் தென்னை யையோ, பனையையோ, தனக்குற்ற தோழனாகக்கொண்டு தெருவை அளந்து கிடக்கிறான். அவன் விழாக் கொண்டாடு கிறான் என்று கூறுகிறீரே, எங்ஙனம் பொருந்தும் இது. இஃதோ பண்புடையோர் செயல்! நாட்டின் சீரழிவு நம் எதிரே ஆட்டமாடிக் காட்டப்படுகிறது.

குடித்தாடும் கோலத்தை விழாவின் விளைவு என்று கூறிடின், இதுபோலத்தான் நற்குணம் நாடும் எவரும் நகைத்

திடுவர். ஆனால், விழா எனில் வெறியாட்டமாகவே, அவை மாற்றப்பட்டு விடுவதையே காண்கிறோம். எந்தப் பெயரில் விழா நடந்திடினும், அதிலே இத்தகு கூத்து நடைபெறக் காண்கிறோம்; கண்டு கவலையற்றோர் சிரிக்கிறோம், நாட்டு நிலையைக் காட்டும் கண்ணாடியாக இது உளதே என்றெண்ணிக் கவலை கொள்வோர், வெட்கமுமடைகிறோம், துக்கப்படுகிறோம். குடியின் கோலாகலத்தைக் காணீர்! கள் உண்டோன், மனிதத் தனத்தை இழந்து அலைவதைப் பாரீர்! மது, மதியை மாய்க்கிறது அறிவீர்! என்று அறிவுரை கூறுகிறோம், பெருமூச்செறிகிறோம், நாடு இந்நிலைக்கு வந்துவிட்டதே என்றெண்ணி.

விழா, எனில் மகிழ்ச்சி மலரும் ஓர்நாள். வாழ்வே விழா, சிலருக்கு. விழாவெல்லாம் வெறியாட்டம், சில பலருக்கு. இருளைக் கீறிக் கிளம்பிப் பின்னர் மறையும் மின்னல் போன்றது விழா. பெரும்பாலோருக்குக் காலமெல்லாம் கஷ்டமனுபவிக்கிறோம். இன்று ஓர்நாள், கஷ்டமனைத்தும் துடைக்கப்பட்டு, அல்ல - மறக்கப்பட்டு மகிழ்ந்திருப்போம். நாளை இருக்கவே இருக்கிறது நமது பரம்பரைச் சொத்தான துயரம். இன்று ஓர்நாள், திருநாளாகக் கொள்வோம். உள்ளதில் நல்லதை உடுப்போம். கிடைத்ததைச் சீர்செய்து உண்போம்! நடந்ததைக் கூட மறந்து நட்புரிமை கொண்டு மகிழ்வோம். நாமும் இன்புற்று, அனைவரும் அஃதேபோலிருக்க வேண்டுவோம், என்று மக்கள் எண்ணிடும் நேரம், தீராத் தொல்லைக்கு விடுமுறை நாள். விழா! ஓயாத அலைச்சல் கொண்ட மனதுக்கு ஒருநாள் விடுமுறை! விழா, வேதனை நிரம்பிய வாழ்வினருக்கு, இஃதே போலத்தான் இருக்கமுடியும். இத்தகை நிலையிலே நிலைகெட்ட மாந்தர் சிலர், விழாவிலே வெறியூட்டுபவைகளைப் பருகிவிட்டு, வீணாட்டம் ஆடிடக் காண்போருக்கு மனவாட்டமாகத்தானே இருக்கும்! ஏனோ நாடு இவ்வளவு தாழ்ந்தது? எம் முன்னோர் இங்ஙனமோ இருந்தனர், என்றெண்ணி ஏக்கமடைதலும் இயற்கை.

பண்டைத்தமிழரின் பண்பாடுகளைக் கம்பன் தீட்டிய இராமாயணத்திலே காணலாம் என்று, கலைவாணர்கள் கூறக் கேட்கிறோம் - சற்று உரத்த குரலிலே கூடக் கூறுவர் இதனை. கவிகள் தமது ஏடுகளில் இருந்தவையையோ, இருக்கவேண்டு மென அவர்கள் எண்ணுவதையோ தீட்டுவர். இருப்பதைக் கண்டு இதுபோலுளது, இஃது நல்லதன்று. இவ்விதமன்றோ இருக்கவேண்டும் என்று எடுத்தெழுதுவர். அங்ஙனம் எழுதப்படும்

ஏடுகள் மூலம், நாடு உய்யும் நற்கருத்துகளை மக்கள் உணரவழி ஏற்படும் என்றே, அத்தகைய ஏடுகளைப் பொன்னேடுகள் என்று புகழ்ந்துரைக்கின்றனர். விழா, எங்ஙனம் இருக்க வேண்டும், என்று யாரைக் கேட்டாலும் வீதியிலே உருளும் வீணன் செயல் மூலம் காட்டிய வெறியாக இருத்தலாகாது என்றே உரைப்பர். கம்பர் கருத்து என்ன? விழா எங்ஙனம் இருக்க வேண்டுமென்று விழைகிறார்? இதனைக் காண்பதே இக்கட்டுரையின் கருத்து.

கம்பர், எழுதினது காகுத்தனைப் பற்றியப்பா, நீ குறிப்பிடும், விழாவினைப் பற்றிய விளக்க உரையொன்றும் அவர் தீட்ட வில்லை என்று கலாரசிகர்கள் கூறுவர். அறிவேன். ஆயினும், அவருடைய "புண்ணிய நூலிலே" அரசர்க்கரசர்களின் அன்றாட வாழ்க்கைபற்றிய குறிப்புகள் உள்ளன. அதர்மம் தர்மம் ஆகியவற்றினுக்கிடையே மூண்ட போர்க் குறிப்புப் புத்தகம் மட்டுமல்லவே, அது மக்களின் வாழ்க்கை - மக்கள் மட்டுமா? மந்தியின் ஆட்டம் முதற்கொண்டு, மயிலின் நடனம் வரையிலே, அவர் படம் பிடித்திருக்கிறாரல்லவா? ஆகவே அந்த ஏட்டிலே, விழா நேரத்திலே என்ன நடந்ததாக எழுதினார் என்பதும் இருந்தே தீருமல்லவா? நடந்ததையாவது பொறித்திருப்பார், அல்லது இங்ஙனம் இருந்திருப்பின் நல்லது என்று அவர் நினைத்ததையாவது தீட்டிக்காட்டுவார். இருவகையிலே எது கிடைப்பினும் சரியேயன்றோ.

விழா எனின் முன்னமே கூறினதுபோல, மகிழ்ச்சிக்குரிய நாள், இம்மகிழ்ச்சியிலே, மணவினைபோல், மகிழ்ச்சிதரும் நாள் வேறில்லை. அதிலேயும் மணநாளன்றாவது மனதுக்குப் பாரமாகத் தோன்றும் பல வேலை வரும், மணநாளுக்கு முன்பு, மணவினை நடைபெறும் என்று உறுதியான வேளை, திண்வினைக்காக ஏற்பாடுகள் செய்யும் வேளை, இவற்றின் போது இன்பம் ஊற்றெடுக்கும், மற்றவற்றினுக்கு மேலாக மணவினையைக் காணச் செல்லும்போது, களிப்பு மிகும். விழா மனப்போக்குக் கொள்வர் மக்கள், இன்றும் காணலாம், மணவினை காணச் செல்ல, வீட்டார், பெட்டி பேழைகளை எடுத்து வைப்பதும், ஆடை அணிகளை ஒழுங்குபட அணிவதும், அண்ணனை அழைப்பதும், தம்பியைத் தேடுவதும், மல்லிகைச் செண்டினை மனைவிக்கு அளிப்பதும், மகனை மார்புடன் அணைப்பதும், சிரிப்பதும் சிங்காரித்துக் கொள்வதும், சில்லறையை வீசுவதும் நோட்டுகளை மடிப்பதுமாக மனைகளிலே, இருப்பதை, இவ்விதம் கிளம்பும் ஓர் குடும்பம், என்னென்ன வகையான மகிழ்ச்சி கொள்ளும்?

"குடித்துவிட்டு வந்து அந்தப் பயல் குப்பியைக் கைபிடித்திழுத்து, குளறிக் குளறி எதையோ பாடினான் சார்!"

"எங்கே?"

"விழுப்புரம் ஜங்ஷனிலே! வண்டி மாற வேண்டி இருந்தது. அதற்குள், பயல், கடைக்குப் போனான். போட்டுக்கொண்டு வந்துவிட்டான்!"

"அட, போக்கிரிப்பயலே!"

"என்னடா இது, ஒரு கலியாண வீட்டுக்குப் போகிறோமே, போகிற வழியிலே இப்படிக் குடித்துவிட்டு ஆடினால், என்ன எண்ணுவார்கள் என்று கொஞ்சமும் யோசிக்காமல், இப்படிச் செய்தான்."

"அப்படியா செய்தான்? ஏன், அவன் அண்ணனைக் கூப்பிட்டுச் சொல்வதுதானே?"

"சரிதான், அந்தக் கூத்துத் தெரியாதா? அவன் அகிலாண்டத்தை இழுத்துக்கொண்டு, கடைவீதிக்குப் போய்விட்டான்."

"அவனும் அப்படியா?"

"ஒவ்வொன்றும் சொல்லப்போனால், வயிற்றெரிச்சலாகும். ஏன் இதுகளோடு போனோம் என்றாகிவிட்டது."

இப்படிச் சில உரையாடல்களைக் கேட்கிறோமல்லவா? இதுவே அறிவுடையோருக்கு அருவருப்பளிக்கக் கூடியது. இது மட்டுமின்றி, ஆண்கள் மட்டுமல்ல, பெண்களும் குடித்தார்கள், கும்மாளமடித்தார்கள், காமக்கூத்தாடினார்கள், நிலைதவறி ஏதேதோ செய்தனர், என்று விஷயம் இருந்தால், எவ்வளவு வெறுப்பும் கோபமும் வரும், பண்பு தேடுவோருக்கு? ஆமாம், கோபம் வரும், இதெல்லாம் கீழ் மக்கள் செயல் என்று கண்டிப் போம். சரி! இதோ, கம்பர், அழைக்கிறார், ஒரு மணவினை காண; கொஞ்சம் சென்று பார்ப்போம், வாருங்கள்.

மணவினை என்றால், சாமான்யமானது அல்ல, வில்லை ஒடித்த இராமன், முல்லையை ஒத்த பல்லழகி சீதையைக் கடிமணம் செய்துகொள்வது. மிதிலைச் செல்விக்கும் கோசலைச் செல்வனுக்கும் திருமணம். இத்தகைய ராஜகுடும்பக் கலியாண மய்யா, சாதாரணக் குடும்பத்திலே அல்ல. மேலும், அதற்காகப் புறப்படும் கூட்டம், ராஜாதிராஜன் தசரதனும் அவனுடைய

பரிவாராதிகளும். சிற்றரசர்கள், சேல்விழிமாதர், இசைவாணர், ஆடலழகிகள், பொற்கொடிகள், பூங்கொடிகள், இன்னும் பலப்பல "ரகங்கள்." இப்படிப்பட்ட கூட்டத்திலே கம்பர் நுழைகிறார் - ஆங்குள்ள காட்சிகளைக் காட்டுகிறார் தமக்கெல்லாம். காண்போம் சில காட்சிகளை! மகிழ்ச்சிப் பெருக்கட்டும் விழா எங்ஙனம் இருந்தது என்பது, கம்பன் கைக்காமிரா மூலம் தெரியக் காண்போம். சிறந்த காமிராமேன், அல்லவா, அவர்! குளோசப் காட்சிகளைக் காட்டுவதிலே குவலயத்தில் அவருக்கு இணை கிடையாது. ஆனால், காட்டும் குளோசப் குலுங்கும் மாம்பழமா? ஆ! அதுதான் இல்லை! அதைப் போன்றுள்ள வேறு பொருள்!! கொஞ்சம் காட்சிகளைக் காண்போம், உலகம் உய்ய "ஸ்ரீமன் நாராயணன் இராமனாக அவதாரம் செய்து, மகா லட்சமியின் அவதாரமாகிய சீதையைக் கடிமணம் புரிந்து கொள்ளப் போகும் கண்கொள்ளாக் காட்சியைக் காண்பதற் காக, தசரதச்சக்கரவர்த்தி, அயோத்தி வாழ் மக்களில் அரச தயவு பெற்றவர்களின் கூட்டம் புடைசூழக் கிளம்பிச் செல்லும், அந்த விழாவிலே கம்ப இராமாயணம், பாலகாண்டம்; அதிலே, இப்போது, உண்டாட்டுப்படலத்துள் நுழைவோம்.

உண்டாட்டுப் படலம்! பெயரே ஜோர்!! உண்டு ஆடுதல்!! எதை உண்டால் ஆடுவர்? யார் உண்டு ஆடுவர்?

இராமனுக்கு மிதிலையிலே திருமணம் என்று ஜனகச் சக்கரவர்த்தியார் அனுப்பிய ஓலையைக் கண்டு உள மகிழ்ந்த தசரதர், யான் பெற்ற இன்பம் பெறுக இவ்வையகம் என்ற முறையிலே, ஊராருக்கு அந்த உவகை தரும் செய்தியைக் கூறிவிட்டும், நால்வகைச் சேனைகளும் புடைசூழக் கிளம்பினார் மிதிலையை நோக்கி. நால்வகைச் சேனைகள் மட்டும் அழைத்துச் சென்றாரா? இல்லை! அங்ஙனம் செல்ல விடுவாரா, கம்பர்! நகைமுகச் சேனையும் கிளம்புகிறது கூட. ஆடவர் கூட்டம் போகும்போது ஆரணங்குகளை, அயோத்தியிலே ஏங்க விடுவாரா, அகப்பொருளை அள்ளிக்குடிக்கும் கம்பர்! அவர்களும் வருகிறார்கள். புறப்படுவது, எழுச்சிப் படலம். அதிலிருந்து துவங்கி வரைக்காட்சிப் படலம் பூக்கொய் படலம், புனல் விளையாட்டுப் படலம் என்று தீட்டி, மாலையிலே, மலர்ச் சோலையிலே, வாவியிலே, ஆண்களையும் பெண்களையும் ஆடவிட்டுக்கொண்டு அகமகிழ்ந்து (ரசிகர்களையும் அகமகிழச் செய்து) உண்டாட்டுப்படலத்துக்கு வருகிறார், அதாவது

கள் உண்டு அவர்கள் கூத்தாடிய கதையைக் கூறுகிறார், புண்ணிய ஏடு எழுதப் போந்த புலவர் ஏறு.

"சார்! அவர் எப்போதாவது லேசாகக் கொஞ்சம் போடுவார். 'ஓசத்தி'ச் சரக்குதான்."

"எவ்வளவு போட்டுக்கொண்டாலும், மன்னன் ஒரு துளி கூட மாறாட்டமாகப் பேசவே மாட்டான்."

"கள்ளைத்தான் சார், அந்தப் பய குடம் குடமாகக் குடித்துவிட்டு, துணி போவது கூடத் தெரியாம வீதியிலேயே புரள்வான். பார்க்க ரொம்பக் கண்றாவியாக இருக்கும்."

இப்படிப் பேசப்படுவதைக் கேட்டிருப்பீர்கள். புண்ய கதையிலே - படித்தாலும், படிக்கப் பக்கம் நின்று கேட்டாலும் இம்மையில் சுகமும், மறுமையில் சுவர்க்க வாசமும் வாங்கித் தரக்கூடிய ஏடாமே, அதிலே - கள்ளைக் குடித்துவிட்டு ஆடுகிற பகுதி இருப்பதே ஆபாசம். அதிலும் குடித்துவிட்டுக் கூத்தாடின வர்கள், யாரோ வழிப்போக்கர்கள், வனவாசிகள் என்றாவது இருக்கப்படாதோ! கீழ்மக்கள், இராமனுக்குத் திருமணம் என்ற செய்தி கேட்டு மகிழ்ந்து, குடித்துவிட்டு ஆடினர். அது போது, மணவினை காணச் சென்ற தசரதர், அவர்களைக் கண்டு "அப்பா! மது மதியை மாய்க்குமே; மகிழ்ச்சி கொள்வதற்கு மதுவா வேண்டும்? இஃது நல்வழியன்று" என்று அறிவுரை கூற, அது கேட்ட அம்மக்கள் தமது மயக்க நிலையும் கடந்து மன்னன் அடிபணிந்து குற்றம் பொறுத்தருள்க என்று கொற்றவனைக் கேட்க, குறை மதியுடையோர் நீவிர். செய்த குற்றம் தெரிந்த பின், திருத்திக்கொள்ள இசைந்தீர். இனி நிறைமதியாளர் ஆனீர். நீடூழி வாழ்க!" என்று வாழ்த்திவிட்டுச் சென்றார் என்று கம்பர் எழுதியிருக்கலாம். மது மதியை மாய்ப்பதையும் மன்னன் மக்களைத் திருத்துவதையும், ஏடு படிப்போர் கண்டு, நல்லறிவும் பெறலாம். ஆனால் புலவர் ஏறு என்ன செய்தார்? குடித்துவிட்டுக் கூத்தாடினவர்கள் தசரதனின் உடன் வந்த புண்ய புருஷர்கள்தான் என்கிறார்! அவர்கள் அவ்வழி எனில், மலை வாசியும் கானகவாசியும் எந்நிலையில் இருந்திருக்க முடியும்! மனம் குழம்பும், எண்ணினால், மன்னர்மன்னரின் மதிப்புக்குப் பாத்திரமானவர்களைக் குடிகாரர் என்று குறித்ததோடு விட்டாரா? ஏதோ மது அருந்தினர், மயங்கிச் சாய்ந்தனர் - அவர் தம் மதி சிறிது கெட்டதை எண்ணிச் சிரித்திடுவதுபோலச் சந்திரன் ஒளி வீசினான், செச்சே! இவர்களே இப்படிச் செய்தால்

கற்றறிவில்லார் என்ன நிலை அடைவர் என்று கோபித்துக் கதிரவன் தன் கதிர்கொண்டு அவர்களைத் தாக்கினான், குற்றம் பொறுத்திடுக என்று கோருவதொப்ப அவர்கள் கண்களைத் துடைத்துக்கொண்டு எழுந்து கள்ளுண்ட வாயுடன் கடவுளின் கலியாணக் காட்சியைக் காண்பதோ என்றஞ்சி மடுவில் வீழ்ந்தெழுந்து, வாய் கழுவிக் காலைக்கடனை முடித்தனர் என்று கம்பரும் முடித்திருக்கலாம்; ஆனால் என்ன செய்கிறார்! ஒவ்வொரு இடமாகக் குளோசப்!! பாருங்கள்!

அழகிய பொற்கிண்ணத்திலே புதிய கள்ளை ஊற்றிக் குடிக்கத் தொடங்கினர்!

யார்?

மகளிர்?

அட, கர்மமே! இப்படிக் கள்ளைக்குடிக்கும் பெண்கள் யார்?

மலர்கள் சூட்டப்பட்டு, நறுமணம் வீசும் கூந்தலையுடைய பெண்கள்.

அருவருப்புக்கு இதுவே போதும்! பெண்கள், ராஜ குடும்பத்தினர், ராகவனின் திருமணத்தைக் காணச் செல்கையில், வழியில் தங்குமிடத்தில், கள்ளைக் குடிப்பதா? கடவுளின் இலட்சண விளக்கத்துக்கான நூல் எழுதுவதற்கு, இந்தக் கள் குடிக்கும் காரிகையரைப் பற்றி எழுதத்தான் வேண்டுமா! நல்லறங்களுக்கெல்லாம் உறைவிடமாகிய அயோத்தியிலே 'ஐயன்' அவதாரம் எடுத்திருக்கும் நாட்களிலே, அணங்குகள் இருந்த நிலை இதுவா? வழியே கள் குடித்துவிட்டுக் கிடப்பதா?

பக்தர்காள்! பண்பு தேடிடும் புலவர்காள்? கலைரசம் கேட்டிடும் கண்ணியர்காள்! மதுவிலக்குப் பிரச்சாரம் செய்யும் மாண்புடைத் தோழர்காள்! அயோத்தி வாழ் அணங்குகள் ஐயன் காலத்திலே இதுபோல் இருந்தனராம்! உரைத்தவர் கம்பர்! சரியா? பெருமைப்படுவதற்கானதா? பண்டைப் பெருமைக்குச் சான்றா? புண்ய ஏட்டின் லட்சணம் இதுவா? பொறுமையுடன் சிந்தித்துப் பாருங்கள்.

பெண்கள் குடித்தனர். கள்ளைத்தான், தேன் அல்ல! இத்தோடு நிறுத்தவில்லை கம்பர். ஏன் குடித்தனர் என்பதற்கும் காரணம் கூறுகிறார். ஆபாசத்தின் முகட்டுக்கு அழைத்துச் செல்கிறார் ரசிகர்களை.

கள்ளை அந்தக் காரிகையர் காரணமின்றிப் பருகவில்லையாம். அந்த ரசத்தைத் தேடினது வேறோர் ரசத்தை அனுபவிக்கத் தானாம்! கள் தனிப்பொருள் என்று கருதினரில்லை அந்தத் தையலர், அதனை வேறோர் பொருளுக்குத் துணைப்பொரு ளாகக் கொண்டனர். பொற்கிண்ணத்தில் ஊற்றப்பட்ட அந்தக் கள், போக பூமிக்கு நுழைவுச் சீட்டாம், கேட்டீர்களா, காரண விளக்கத்தை!

ஐயனுக்குத் திருமணமாம் என்று அகமகிழ்ந்த ஆரணங்குகள், பாலென்றெண்ணிக் கள்ளைப் பருகினர் என்று கூறவில்லை. கலவிப் போரிலே களிக்க வேண்டுமென்பதற்காகக் கள்ளைக் குடித்தார்களாம்!! எவ்வளவு "கைகாரிகள்"!! எவ்வளவு பழக்கமும் பயிற்சியும் இருக்க வேண்டும் இந்த முறையை, "யாத்ரா மார்க்கத்திலே"யும் கையாள.

மலர்கள் மிகுதியாகப் பரப்பப்பட்ட படுக்கைகளிலே நடைபெறும் கலவிப் போரிலே, களிப்படைய வேண்டுமென்று, எண்ணி அந்த ஏந்திழையார் பொற்கிண்ணத்திலே கள்ளை ஊற்றிக் குடித்தனர் என்று கம்பர் உரைக்கிறார். புண்ய கதை தானா இது, அல்லது மதுவிலக்குக்கு எதிர்ப்பிரச்சாரத்துக்கான காவியமா? குடித்துக் கூத்தாடும் பெண்களையே மட்ட ரகத்தில் சேர்ப்பர், மதிவாணர். குடிப்பது காமக்கூத்திலே திறமையைப் பெறுவதற்கு என்று எண்ணிக் குடிக்கும் பெண்டிரை, எங்கு சேர்ப்பர்! எங்கு காண்பர்! கம்பர், அயோத்திப் பெண்டிருக்கும் இந்த "லட்சணத்தை"க் குறித்திருக்கிறார்.

"அலமு! ஒரு 'திரான்' போட்டுக்கோ"

"வே...ணா...க்கா..... போதும்."

"ச்சீ! பெயித்தமே! போட்டுக்கோடி... உடம்புக்கு ரொம்ப அலட்டு... பாழாயிடும்... இந்தா குடி... ஆவட்டும்... அதோ யாரோ வர்றாப்போலே இருக்கு."

இதுபோன்ற, பேச்சு எங்கே கேட்க முடியும், குடிப்பது காமக்கூத்துக்குத் தேவை, நல்லது, திறமையை அதிகப்படுத்தும் என்ற நாராசப் பேச்சு விபசாரத் தடைச் சட்டம் இல்லாத ஊரில், வழுக்கி வீழ்ந்த வனிதையரின் கொட்டகைகளில், கெட்டவர்களிடையே கேட்கக் கூடியது.

கம்பர், காமக்கூத்திலே களிப்புண்டாக வேண்டுமென்பதற் காகக் கள்ளைப் பருகின காரிகையரை, காகுத்தன் பிறந்த

அயோத்தியிலே இருக்கச் செய்வதுடன், 'ஐயனின்' கலியாணத் துக்கு அவர்கள் போகும் அருமையைப் படலம் படலமாகப் பாடித் தள்ளுகிறார்.

ஏ! அதிகமாகப் பேசாதே! கம்பர், இதுபோல் பாடின தில்லை என்று கலாரசிகர்கள் அல்ல, மற்றவர்கள், குறிப்பாகப் பக்தர்கள், கூறுவர் - கோபத்துடன், கலாரசிகர்களின் கோபத்துக்கும் நான் ஆளாகித்தான் தீரவேண்டும். ஆனால் அவர்களின் கோபத்துக்குக் காரணம் வேறு. கம்பர், எவ்வளவு அழகுபட, மலரணை, மங்கை, மது, கலவிப்போர், களிப்பு ஆகிய ரசங்களைக்கூட்டிக் கலக்கி "காக் டெயில்" ஆக்கித் தருகிறார்! இந்தப் பித்தன் அனுபவித்தறியாதான்போலும், கோபிக்கிறான் என்று எண்ணுவர். இருசாராரும், பக்தரும் கலாரசிகரும் குறை கூறுவர். ஆனால் குற்றவாளி நானா? உண்டாட்டுப் படலம் 6வது செய்யுளைத் தருகிறேன், பாருங்கள்.

"பூக்கம ழோதியர் போது பொங்கிய
சேக்கையின் விளை செருக்குஞ் சிந்தையா
ராக்கிய வமிழ்தென வம்பொன் வள்ளத்து
வாக்கிய பசுநறை மாந்தன் மேயினார்."

பூகமழ் ஓதியர் - மலர் மணம் தரும் கூந்தலை உடைய பெண்கள்; போது பொங்கிய - மலர்கள் நிறையப் பரப்பப்பட்ட; சேக்கையின் - படுக்கைகளிலே; விளை - நிகழுகின்ற; செரு - கலவிப்போரில்; செருக்கும் - களிப்படைய வேண்டும் என்ற; சிந்தையார் - எண்ணமுடையவராய்; ஆக்கிய அமுது என - தேவர்கள் உண்டாக்கிய அமிர்தம்போல; அம்பொன் வள்ளத்து - அழகான பொற் கிண்ணங்களில்; வாக்கிய - ஊற்றப்பட்ட; பசு நறை - புதிய கள்ளை; மாந்தல் மேயினார் - பருகத் தொடங்கினார்கள்.

அயோத்தி ஆரணங்குகளின் மகிழ்ச்சியைவிட, கலா ரசிகர்கள் கம்பரசத்தைப் பருகிக் களிக்கின்றனர், களிக்கட்டும். ஆனால் நாட்டிலே நற்பண்பு வேண்டும் என்று எண்ணுவோர் சற்றுச் சிந்திக்கட்டும், இதுதானா புண்ணிய கதை? இதுதானா களிப்படைய வழி? இதுவா விழாப்போக்கு? புண்ய காலத்திலே, பொற்காலத்திலே, ராகவன் நாளிலே, அணங்குகளின் போக்கு இதுவாக இருந்ததென்றால் அந்தக் காலம், பண்புடைய காலமாகுமா என்ற இன்னோரன்ன பற்றி யோசித்துப் பாருங்கள். இந்த லட்சணத்திலே, "கம்பன் எழுதப் போந்தது வடநாட்டுக் கதையே எனினும் தமிழ் நாட்டையே அதிலே குழைத்துள்ளார். கங்கையைக்

காவிரியாகக் காட்டுகிறார். தமிழ்ப் பண்பையே காட்டுகிறார் என்றும் பேசுகிறார்கள். தமிழ்ப் பண்பு! லட்சணத்தைப் பாருங்கள். கலவிப் போருக்குத் துணையாகக் கள்ளைத் தேடிடும் கைகாரிகள், தமிழர்கள்!! எவ்வளவு நெஞ்சழுத்தம் இருக்கவேண்டும் இப்படிக் கூற. எவ்வளவு கவலையற்ற தன்மை இருக்கவேண்டும், இதனைக் கேட்டுக்கொள்ள.

அந்தக் காலத்திலே அவர்கள் குடித்தது கள் என்று பொருள் படுவதானாலும் கூட, அது வேறு வகை என்று வாதாடி வளை தேடுகிறார்களே பதுங்க, அவர்களுக்குக் கூறுகிறேன். குடியினால் உண்டாகும் கோணற் சேட்டைகள் என்னென்ன இன்று காண்கிறோமோ அது அவ்வளவும், அயோத்திப் பெண்கள் நடத்திக் காட்டுவதைக் கம்பர், பாடல் பாடலாக விரித்துக் காட்டியுள்ளார்.

குடித்தனர் என்பது 6ஆம் செய்யுள், 7ஆம் பாட்டிலேயும் அதுவே. 8இல் கண்சிவந்ததைக் கூறுகிறார். 9இல், கள்ளினால் காமம் மூண்டது குறித்திருக்கிறார் - பிறகு அவர்கள் நிலை இழந்தது, பிறகு உளறிக்கொண்டிருப்பது, பிறகு ஆபாசமான ஆட்டங்கள் .... இவ்வண்ணம், - குடிவெறியை, 66 பாடல்கள் மூலம், உண்டாட்டுப் படலத்திலே விளக்கியிருக்கிறார், ஜீவாத்மாவுக்கும் பரமாத்மாவுக்கும் உள்ள தொடர்புகளைப் புண்யகாதை எழுதப் போந்தவர்.

“டே ரொம்பப் போதை ஏறிவிட்டதுடா, பயலுக்கு. அவன் நிழலைப் பார்த்து, வேறே யாரோ ஒரு ஆள் என்று எண்ணிக் கொண்டு பேசுகிறான் பாரடா!”

“கிளாஸ் காலியாகிவிட்டதுகூடத் தெரியாமல் அதிலே பீர் இருக்கென்று எண்ணி, கிளாசை எடுக்கிறான் பார்டா, ஓவர்!”

இப்படி இன்று குடியர்களைப் பற்றிப் பேசப்படுகிறதே, அதேவிதமாக, அந்த மகராஜிகளின் மாண்பினைப் பற்றிக் கம்பர், பல பாடல்கள் பாடியிருக்கிறார்.

“வெறி! பய, இடுப்புக்குக் கட்ட வேண்டியதைத் தலைக்கும், காலுக்குப் போடுவதைக் கழுத்துக்கும் போட்டுகிட்டு, பார்க்கக் கண்றாவியா நடந்துகொண்டானாம்!” இப்படி, குடியனின் கோணற் சேட்டையைப் பற்றிப் பேசப்படுகிறது இந்நாளில். இந்தச் சீர்கேடெல்லாம் ஒழிய வேண்டும் என்று நல்லறிவாளர் அனைவருமே கூறுகின்றனர்.

16வது செய்யுளைப் படித்தால் குணவதிகள், குடிவெறியில் செய்திருக்கும் கோலாகலம், நமக்கு வாந்தி வரும் விதமாக இருக்கிறது. கம்ப நாட்டாழ்வார் பாடியதுதான், சூனா மானா பேனா அல்ல!, பாடலைப் பார்க்கிறீர்களா! அந்தப் பாவையரைப் பார்க்கும் பாக்கியம் இல்லை உங்கட்கு!! பார்த்திருந்தாலும், ஆபத்துதான்!!!

மது மயக்கம் தலைக்கேறிவிட்டதாம் ஒரு மாதுக்கு. எதை எங்கே அணிவது என்ற தெளிவுகூட இல்லை. இடையிலே கட்டியிருந்த மேகலாபரணத்தை எடுத்துத் தலையிலே அணிந்து கொண்டாளாம்; காலிலே பூண வேண்டியதை எடுத்துக் கொண்டையிலே செருகினாளாம், இப்படிப் பலப் பல கோலங்களாம்!

"மின்னென நுடங்குகின்ற மருங்குலாள் ஒருத்தி வெள்ளை
யின்னமிழ்தனைய வின் சொலிடைத்தடுமாறி யென்னே
வண்ண மேகலையை நீக்கி மலர்த் தொடையல்குல் சூழ்ந்தாள்
பொன்னரி மாலைகொண்டு புரிகுழல் புனையலுற்றாள்"

பாடலின் பொருளைப் பாருங்கள்.

மின் என நுடங்குகின்ற - மின்னல் போல் அசையும்; மருங்குலாள் ஒருத்தி - இடையை உடைய ஒரு மாது; வெள்ளையின் அமிழ்து அனைய - வெண்மை நிறமுள்ள இனிமையான அமிர்தம் போன்ற; இன்சொல் - இனிப்பான பேச்சு; இடைதடுமாறி - இடையிலே குளறி; அல்குல் வண்ணம் மேகலையை நீக்கி - மறைவிடத் தருகே அணியப்பெறும் மேகலாபரணத்தை எடுத்து; மலர்த்தொடை - மலர்மாலையை; அல்குல் சூழ்ந்தாள் - மறைவிடத்தருகே அணிந்துகொண்டாள்; பொன்னரிமாலை கொண்டு - பொன்னரிமாலை எனும் ஆபரணத்தை; புரிகுழல் - கூந்தலிலே; புனையலுற்றாள் - சூட்டிக்கொள்ளத் தொடங்கினாள்.

ஆபாசத்தின் எல்லை! இனி நமக்கு அங்கு வேலை இல்லை! ஆபத்து!! திரும்புக, சிந்திக்கத் தொடங்குக. இதுவா புண்ய கதை, தமிழ்ப்பண்பு, காவிய ரசனை! கம்பர் விழா, இதற்கு மகிழ்ந்தோ?

பம்ப இராமாயணம்

கம்ப இராமாயணத்தைக் கண்டித்தது போதாதென்று பம்ப இராமாயாணம் என்று கேலிச்சித்திரமும் தீட்டுகிறாயோ!

உனக்கு வேறு வேலையே கிடையாதோ! என்று கேட்கத் துடிக்கும் தோழர்களுக்குத் துவக்கத்திலேயே ஒரு விளக்கமளித்து விடுகிறேன். இது கேலியல்ல. வேறு ஜோலியில்லாததின் விளைவு அல்ல! உண்மை உரை. கம்ப இராமாயணம் என்று ஒரு ஏடு இருப்பதுபோலவே, பம்ப இராமாயணமும் இருக்கிறது. முன்னதன் ஆசிரியர் கம்பர், இந்நூலாசிரியர் பம்பன், முன்னவர் தமிழர், இவர் கன்னடக்கவி. இவரிருவரும் இராம காதையைத் தீட்டினர், கதைப்போக்கு மட்டும் வேறு வேறு, ஆகவே பம்ப இராமாயணம், நமது கேலிச் சித்திரமல்ல, பழைய நூலின் மறு பதிப்பு, பழுதுபார்க்கப்பட்டதுமல்ல, உள்ளதை உள்ளபடியே உரைத்திடுவது, ஊரில் பலருக்குத் தெரியாது என்ற குறையை நீக்கும் நோக்குடன் வேறொன்றுக்குமல்ல. பீடிகை முடிந்தது, இனிக்கதை.

இராமாயணம் என்ற உடனே, பாதுகாபட்டாபிஷேகம், இலங்கா தகனம், விபீஷண சரணாகதி, அனுமாரின் வால் வளருவது, அரக்கியின் மூக்கு அறுபடுவது போன்ற சம்பவங் களே நம் மக்களுக்கு நினைவிற்கு வரும். வால்மீகி வரைந்து கம்பன் கழிறியதால் இராமகாதையைப் பற்றி, நமது மக்கள் இவைகளையே அறிவர். ஆராய்ச்சி அதிகம் இல்லாததால் இராமாயணம், எத்தனை விதங்களாக உள்ளன, எத்தனை ஏடுகள் உள்ளன என்பதை அறியார். எத்தனை தூரமோ அறியேன் பண்டரிபுரம் என்ற நாதத்தையே நம்பும் நமது மக்களுக்கு, ஆராய்ச்சித் துறையிலே, அனுபவம் மிக மிகக் குறைவு என்பதற்கு ஆதாரம் வேண்டுமா!

ஆராய்ச்சி மனப்பான்மை இருக்குமானால், இராமகாதை என்பது ஆரிய ஆதிக்கத்துக்காகப் புனைந்துரைக்கப்பட்ட நூல் என்று கூறின உடனே, பலருக்குக் கோபமும் வெறுப்பும்; அதன் காரணமாகக் குளறலும், உளறலும் ஏற்பட்டிருக்க முடியாது. என் ராமனை, இரவிகுலச் சோமனை! சீதா ராமனை! கோதண்ட ராமனை! தசரதராமனையா குறை கூறுவது! இதனை இச்செவி கேட்பதா? என்று சிலர் உண்மையிலேயே, நெஞ்சுநோயுடன் கூறிடக்கேட்டிருக்கிறேன். அவர்கள் அவ்வளவு கோபங்கொள்வதற்குக் காரணம், அவர்களின் அறியாமை அல்ல! அறிந்தோன் ஆத்திரப்பட மாட்டான், அறியாதானின் ஆத்திரமோ அரை நொடியில் அடங்கிவிடும், இவ்விரண்டு வகையிலும் சேராது இடையே ஒரு கூட்டம் உண்டு. அவர்கள் சில அறிந்தவர்கள், ஆனால் தாம் அறிந்திருப்பதன்றி உலகிலே வேறு அறிவு உண்டு என்பதை

அறியாதவர்கள். அறிந்தும் அறியாமலுமிருக்கும் அத்தோழர்களுக்கு வரும் ஆத்திரம், அலைகடல்போல் கொந்தளிக்கும். வார்த்தையோ கடுவிஷமாக இருக்கும், ஆனால் எனக்கு அவர்களிடம் கோபம் பிறப்பதில்லை. காரணம் என்ன?

"கண்ணா! அதோ பார், டிக்கட் பரிசோதகர் வருகிறார். அவரை ஒரு வேடிக்கை காட்டுகிறேன் பார். வண்டியிலே இருப்பவர்கள் வயிறு குலுங்கச் செய்கிறேன் கவனி. நீ மட்டும் அவன் எது கேட்டாலும் எனக்குத் தெரியாது என்று சொல்ல வேண்டும்.

ஓடும் இரயிலிலே உட்கார்ந்து செல்லும் நேரத்திலே, சாய்ந்துகொண்டிருந்த சுமாரான முகவெட்டுக்காரி முன்பு, தனது சமர்த்தைக் காட்டி அவளுடைய புன்னகையைப் பரிசாகப் பெற விரும்பிய சதாசிவம், தன் நண்பன் கண்ண னிடம் கூறினான், மேலே நான் தீட்டியபடி.

டிக்கட் பரிசோதகருடன் ஏதோ தமாஷ் செய்யப் போகிறான் சதாசிவம் என்று கண்ணனும் கருதினான். இரு வாலிபரும், ஒருவர் பாரா நேரத்தில் மற்றவராக, மாறி மாறி, அந்த மங்கையைக் கண்டு களித்தனர். அந்த வண்டியிலே யாரும் கம்பதாசர் இல்லை, இருந்திருப்பின் கண்ணோடு கண்ணிணையச் சந்தித்த காட்சியின் மாட்சியை ஆயிரம் ஆண்டுகளுக்கு முன்பே அறிஞர் கூறிப் போந்தார் என்று கூறிக்களித்திருப்பர்.

டிக்கட் பரிசோதகர் ஒவ்வொருவரிடமும் டிக்கட் கேட்டுப் பெற்றுக் கோடிட்டுக் கொடுத்தார். கண்ணனும் கொடுத்தான். பிறகு, இது நடந்தது.

"சார்! டிக்கட் எடுங்கள்!" இது அதிகாரத் தொனியுடன்.

"டிக்கட் வாங்கவில்லை சார்!" இது சதாசிவத்தின் மறு மொழி, கொஞ்சம் பணிவுடன்.

"வாங்கவில்லையா? என்ன சார்! ஏன் வாங்கவில்லை?" அதிகாரி.

"வாங்கவில்லை சார். கையிலே பணமில்லை" இதுபோலக் கூறிக்கொண்டே சதாசிவம், கொஞ்சம் பயந்தவன்போல எழுந்து நின்றான், தலையைச் சொறிந்தான்.

"சார்! இப்படியெல்லாம் விளையாட வேண்டாம். டிக்கட்டை எடுங்கள்"

“டிக்கட் இல்லை சார்”

“நிஜமாகவா சொல்கிறீர்”

“ஆமாம் சார்! பொய்யா சொல்கிறேன்”

“சரி! சரி! 6.30 கொடு”

“பணம் இல்லை சார்!

“ஏய்! என்ன சுத்த வம்புக்காரனாக இருக்கிறாய். எடு பணம். ஆளைப்பார் வாட்டஞ்சாட்டமாக. கிராப்பு, போலோ கலர் ஷர்ட் எத்தனை பேர் இதுபோலக் கிளம்பினீர்கள். டிக்கெட்டும் வாங்கவில்லை. பணமும் இல்லை. இங்கே பெரிய மனுஷன்போல உட்கார்ந்து கொண்டான். வா, இப்படி”

“என்ன சார் செய்வது கஷ்ட காலம், கையிலே காசு இல்லை...”

“கையிலே காசு இல்லாவிட்டால் போய் எங்கேயாவது திருடுவது.”

“போலீஸ்காரன் உதைப்பானே சார்.”

“போலீஸ்காரன் மட்டுந்தானா? உன்னை நான் மட்டும் சும்மாவிடவா போகிறேன்”

சதாசிவம், கொஞ்சமும் சிரிக்காமல், திருட்டுத்தனமாக ரயில் ஏறுபவன் எப்படி மிரள மிரள விழிப்பானோ அதுபோலவே நடித்தான். கண்ணன், ஏதேதோ கூற நினைத்தான்; மறுவிநாடி, மௌனமாகிவிட்டான். வண்டியிலே பல பேர் பலவிதமாகப் பேசிக்கொண்டனர்.

“காலம் போறப்போக்கப் பார்த்தேளோ” என்றார் ஒரு கனபாடி. அவர் நெடுநேரமாகச் சதாசிவம் வாயிலிருந்து சுருள் சுருளாக வெளிவந்த சிகரெட் புகை நாற்றத்தால் கஷ்டப்பட்டவர்.

“கட்டேலே போறவா, இப்படித்தான் ரயிலிலே ஏறிண்டு; பிராணனை வாங்கிண்டிருக்கா” இது பதியை இழந்த பருவதம் (பெயர் உருவங்கண்டு வைத்தது) பேசினது.

“என்னமோ சார்! இதுபோல நமக்கும் சில சமயம் வரக்கூடும்” இது சமரசஞானம் படைத்த சாது.

சதாசிவத்தின் கழுத்தை நோக்கிச் சென்றது, டிக்கட் பரிசோதகரின் கரம். சதாசிவத்துக்கு நேத்திரானந்த மூட்டிய சுந்தரியின் முகம், சோகமடைந்தது. கண்ணன் துடித்தான்.

“சார்! கையை எடுங்கோ”, புதியதோர் முறுக்குடன் பேசினான் சதாசிவம். புன்னகை புரிந்தாள் பூவை. கண்ணன் களித்தான், டிக்கட் பரிசோதகர் திகைத்தார்!

“ஏன், சார்! உங்க ரூல் இப்படித்தான் இருக்கோ?”

“என்ன விஷயம்? ரூல்கீல் பேசறே. மரியாதையா எழுந்திரு.”

“மரியாதையா நீயும் நடக்க வேணும், தெரியுமோ, டிக்கட் வாங்கவில்லை என்றால் என்ன செய்ய வேண்டும் நீ? கேஸ் போடு. அவ்வளவுதானே ரூல். சட்டம் அதுதானே சார்! அதைவிட்டுக் கழுத்திலே கை போடறியே. என்னைப் போன்ற படிச்ச பேர்வழியிடமே இவ்வளவு ஆட்டம் ஆடறயே. பட்டிக்காட்டானிடம், எவ்வளவு செய்வே.”

“சில பேர் இப்படித்தான் வாய் செத்தப் பூச்சிகளண்டே கைவரிசை காட்டறது” இது பருவதத்தின் பேச்சு; மனம் மாறியதால்.

“என்ன இருந்தாலும் கழுத்திலே கை வைக்கப்படாது பாருங்கோ. மனுஷாளுக்குக் கோபம் வருமோன்னோ” இது கனபாடிகளின் பாஷ்யம்.

“ஏதோ விஷக்கடிவேளை. டிக்கட் ஆபீசரும் அப்படி ஒன்றும் தப்புத்தண்டா பேர்வழி இல்லை. இந்த மனுஷ்யரும் நல்லவர்தான்” இது சமரசப் பிரியரின் பேச்சு.

“சார்! நானும் ஒரு ஆபிசர்தான். ரயில்வே ஆபிசர்களின் சுபாவம் எப்படியிருக்கிறதென்று பார்க்கத்தான், டிக்கட்டில்லை என்று சொல்லி வைத்தேன். என்ன இருந்தாலும் பொறுமை இருக்க வேணும். ஆத்திரம் கூடாது.”

சதாசிவம் சாவதானமாக இதனைக் கூறிக்கொண்டே சட்டைப் பைக்குள் கையை நுழைத்தான்,

“நேக்குத் தெரியுமே பாட்டி, நான் அப்பவே சொன்னேனல்லோ, அவர் டிக்கட் வைச்சிண்டே விளையாடுறார்னு. சொன்னது சரியாச்சு பார்த்தயேல்லோ” இது பர்வதத்தின் பாவை கூறியது. இதற்கிடையிலே, சதாசிவத்தின் முகம் பயத்தால் சோபிதத்தை இழந்தது. கை கால் நடுக்கலெடுத்துவிட்டது. சட்டைப் பையிலே டிக்கட் இல்லை!

“கண்ணாடி! டிக்கட் காணோம்” என்று கலக்கத்தோடு கூறிக்கொண்டே சதாசிவம், உள்சட்டை மேல்சட்டை யாவும்

தேடிப் பார்த்தான், டிக்கட் இல்லே. பரிசோதகர், சதாசிவத்தின் படபடப்பான பேச்சாலும், பக்கபலமாகப் பிரயாணம் செய்ப வர்கள் கூறினதையும் கேட்டுக் கொஞ்சம் அடங்கியிருந்தா ரல்லவா! சதாசிவத்தின் திகைப்பு, மங்கியிருந்த தீயைக் கிளறிவிட்டது. சதாசிவத்தை முறைத்துப் பார்த்தபடி நின்றான், சதாசிவம் பரிதாபத்திற்குரிய உருவமானான்.

"சார்! டிக்கட்டைக் காணோம் சார், நிஜமாக நான் விளையாடினேன் இதுவரையில், டிக்கட் வாங்கினேன், சட்டைப் பையிலே வைத்தேன், எங்கேயோ காணோம் சார்" என்று சதாசிவம் கூறினான், துக்கம் அவனுடைய பேச்சின் இராக பாவத்தையே மாற்றிவிட்டது.

"மறைவாய்ப் புதைத்த ஓடு மறைந்த மாயம் யாதோ மாமுனிவரே அறியேன்" என்று பாகவதரின் பாடலைப் பாடிக் காட்டினார் ஒரு சங்கீதப் பிரியர். ஒரு சந்தேகப் பிரியர் கேட்டார் சதாசிவத்தை, "என்னய்யா வேடிக்கை? சட்டைப் பையிலே வைத்த டிக்கட் எங்கே போகும்" என்று.

"கால் முளைச்சுபோச்சு போலிருக்கு. கலியுகமேன்னோ இது" என்று கூறிவிட்டுக் கனபாடி டிக்கட் பரிசோதகரைப் பார்த்துக் கண்சிமிட்டினார்.

"ஐயா! மகாராஜா ராஜஸ்ரீ அவர்களே! உம் டிக்கட்டைக் தயவுசெய்து கொடும்" - டிக்கட் பரிசோதகர், மரியாதையாக நடக்க வேண்டுமென்று சதாசிவம் கூறினதை மனதில் எண்ணிக் கேலியாக இதுபோல் கேட்டார்.

"சார்! சார்! நிஜமாச் சொல்றேன். டிக்கட் வாங்கினேன். தொலைந்துவிட்டது."

"டே! நீ பெரிய ஜாலக்காரன். முதலிலே, டிக்கட் இல்லை என்று சொல்லி, பிறகு நான் கண்டிச்சுக் கேட்டதும், டிக்கட் இருக்குன்னு நியாயம் பேசி இப்போ, டிக்கெட் தொலைஞ்சு போச்சின்னு ஏமாற்றாவா பார்க்கிறே."

இம்முறை டிக்கெட் பரிசோதகரின் கை, சதாசிவத்தின் கழுத்திலே அதிக வேகமாகப் பாய்ந்தது.

"கண்ணா! சொல்லு, சொல்லப்பா" - சதாசிவத்தின் வேண்டுகோள் இது.

“எனக்கொன்றும் தெரியாதே!” இது கண்ணன் சதாசிவத்தின் பாடத்தின்படி சொன்ன பதில்.

ஸ்டேஷன்! இரயில் நின்றது. சதாசிவம் டிக்கெட் பரிசோதகரால் கீழே இறக்கப்பட்டான். கண்ணன் இறங்கித் தீரவேண்டி நேரிட்டது. சிறு கூட்டம் கூடிவிட்டது. பெருங் கூச்சல், வண்டி புறப்பட்டுவிட்டது, வாலிப விருந்தினால் வகை கெட்ட செயல் புரிந்த சதாசிவம் இரயிலடியிலே ரகளையிலே சிக்கினான். அவன் வாங்கியிருந்த டிக்கெட், கைக்குட்டையிலே சிக்கிக் காலடியிலே நெடுநேரம் இருந்து பிறகு கைப்பற்றுவாரில்லாததால், பெஞ்சுக்கு அடியிலே கிடந்தது!

சதாசிவன், டிக்கெட் வைத்துக்கொண்டே, டிக்கெட்ட வாங்காதவன்போல நடித்து வேடிக்கை செய்யத் தொடங்கிக் கடைசியில் டிக்கெட் வாங்கியிருந்தும் டிக்கெட் வாங்காதவன் அனுபவிக்கவேண்டிய அவதியை அடைய வேண்டி நேரிட்டது. காரணம் அவன் அறிந்தும் அறியாதவர் கூட்டத்திலே ஒருவன், டிக்கெட் வைத்துக்கொண்டே, வேடிக்கை செய்கிறதாக அறிந்திருந்தான். ஆனால் கைதவறி டிக்கெட் கீழே விழுந்துவிட்டதை அவன் அறியவில்லை. சதாசிவம் ஓடும் ரயிலில் மட்டுமல்ல, எங்கும் இருக்கிறான், ஒருவனல்ல! இந்நாட்டிலே பத்திலே ஏழு இந்தப் பேர்வழிதான்; இவ்விதம் அறிந்ததும் அறியாமலிருக்கும் அன்பர்கள்தான், இராமாயணம் போன்ற காவியங்களை ஆராய்ந்துரைப்பவர் மீது சீறுகின்றனர். அவர்களுக்குத் தெரிந்த இராமன் ஒருவன்! தேவன் அவதாரம், அரி அம்சம்!! இராமனைப் பற்றி அவர்கள் அறிந்ததுதான் அறிவு, என்பது அவர் தம் எண்ணம். அவர்கள் அறிய வேண்டும், இராமனைப் பற்றி வேறு பலர் வேறு விதமாகவும் அறிந்திருக் கிறார்கள் என்பதை, பம்ப இராமாயணம் அவர்களுக்கு இந்தப் புத்தறிவைத் தரும் என்று நம்புகிறேன்.

வளர்ந்த பீடிகையும் முடிந்தது. இனிக் கேளுங்கள் கதையை, வால்மீகியும் கம்பனும், இராவணனை அரக்கனாகச் சித்தரித்து இராமனைத் தெய்வமாக்கி, அனுமானை அடியவனாக்கி, சீதையைச் சீதேவியாக்கி, விபீஷணனை ஆழ்வாராக்கி, இராமாயணத்தைப் பாராயணப் புண்ய கதையாக்கி வைத்தனர். கோயிலிலே கொட்டுமுழக்கும், ஆரியத்துக்கு ஆதரவும் அதன் பயனாக இன்றும் நடந்தபடி இருக்கக் காண்கிறோம் - பம்ப இராமாயணம், அது போன்றதல்ல! மண்டோதரி மணாளன் இராவணன் ஓர் மாவீரன்! மட்டற்ற மகிழ்ச்சியுடன் இலங்காதி

பதியாக இருக்கிறான். விபீஷணன், அவனுக்கு வாஞ்சையுள்ள தம்பி. காட்டிக்கொடுத்துக் காகுத்தனிடம் கைக்கூலி பெறுபவனல்ல. பம்பன் முதலில் சித்தரித்தல் விபீஷணன், அண்ணனின் உயிர் காத்திட அரும்பணிபுரியும் ஆண்மையாளன். ராவணனுக்கு ஒரு சகோதரி. பெயர் சூர்ப்பனகை அல்ல! சந்திரவாகி! இராம லட்சுமணரிடம் மோகங்கொண்டு காட்டிலே காமவல்லியாகத் திரிந்து அங்கம் அறுபட்ட அணங்கல்ல. பாதாள இலங்கை என்ற இடத்தின் அரசராம் கரன் என்பானின் பட்ட மகிஷி! சம்புகன், அவள் குமாரன்,

பம்ப இராமாயணத்திலே, இராவணனின் குடும்பம், ஒற்றுமையும் வாஞ்சனையும், வீரமும் வளமும் செல்வமும் சீரும் சிறந்ததாகச் சித்தரிக்கப்பட்டிருக்கிறதேயன்றி, கம்பசித்திரம் போல் கண்மண் தெரியாது ஆடிய அண்ணன், காமம் பிடித்தலைந்த தங்கை, காட்டிக்கொடுக்கும் தம்பி என்ற முறையிலே இல்லை. இந்த மாறுபாட்டினை மனமாச்சரியம் கொண்டு மதியை மறக்கும் அன்பர்கள் மனதிலே பதிய வைத்துக்கொள்ள வேண்டும். இராவணனை அரக்கனாகச் சித்தரித்து, அவன் குடும்பத்திலே துரோகியும் தூரத்தையும் உடன் பிறப்பாளர்களாக்கிக் காட்டியது, வால்மீகியின் கருத்தோடு கூடிய கற்பனை. ஆரிய ஏகாதிபத்தியத்திற்கு ஆண்டவனின் ஆசியிருப்பதாக “விசுவாசிகளுக்குக் கூற வரைந்த ஏடு, அது, எனவே லங்காதிபதியின் குடும்பக்காட்சி, அக்கருத்தினுக்கு ஏற்ற வகையிலே சித்தரிக்க வேண்டியது வால்மீகியின் கடமையாகிவிட்டது. ஆரிய நூலை ஆதாரமாகக் கொண்டு அரிதாசராக வேண்டிக் கம்பன் ஏடு எழுதியதால், ஆரியக்கவியின் அடிச்சுவட்டை அழகாக இங்கே பின்பற்றினான். தத்தமது கொள்கைகளை நிலைநாட்டவும் பிரச்சாரம் செய்யவும், ஏடுகளை எழுதுவர் என்பதை அறியாமல் கம்பன் கூறினான் கவர்ச்சிமிக்க கவிதைகளால். ஆகவே அக்கதை அவன் கூறியதுபோலத்தான் இருந்து தீரும் என்று நம்புவது பாமரரின் செயல். பண்டிதர்களோ, இத்தகைய பாமரரின் பண்ணைகளிலே மேய்ந்து தீரவேண்டியவர்களாகி விட்டனர். பம்பன், ஆரியத்திற்காகக் கதை எழுத வேண்டிய அவசியமற்றவன். எனவே இராவணனைக் கேவலப்படுத்த வேண்டிய நிலையில் இல்லை. கம்பனின் ஏட்டிலே காதகனாகக் காட்டப்படும் இராவணன் பம்பனின் பாவிலே, வேறு உருவாக்கப்படுவதை உணரும் அறிவாளிகள், கதை கற்பனை என்பதையும், அக்கதையினைக் கையாண்டவர்கள் தத்தம்

கருத்தினை வலியுறுத்த அக்கதையைக் கருவியாகக் கொண்டனர் என்பதையும் அறிவர். அறிந்தோர், அத்தகைய கற்பனையை நிறுத்து, உரைத்து, ஆராய்ந்து தள்ளவேண்டுவனவற்றைத் தள்ளிக்கொள்ள வேண்டுவனவற்றைக்கொண்டு பயன் பெறுவர். இம்முறை தெரியாதவர், இராமநாமமே கற்கண்டு என்று கூறுவர், ஆராய்ச்சியாளர் மீது கற்குண்டுகளை வீசி மகிழ்வர்.

கம்பன் வால்மீகியை ஆதாரமாகக் கொண்டு இராமாயணம் எழுதினான், பம்பன், கிண்டலுக்கு அந்த இராமாயணத் தையே வேறு விதமாக எழுதினான் போலும். பம்பன், பழங்காலத்துச் சு.ம. போலும் என்ற முடிவுக்கு, இதற்குள்ளாகவே சில வேகவிவேகிகள் வந்துவிட்டிருப்பர். அவர்கள் உணர மற்றோர் விளக்கம் இதோ,

கம்பனுக்கு வால்மீகியின் ஏடு மூலம். அதுபோலப் பம்பனுக்கும் ஒரு மூல நூல் உண்டு. பம்பனின் கற்பனையல்ல; அவனும் கம்பன்போல் ஒரு மூலத்தைத் தழுவியே நூல் எழுதினான், ஆரியர்களுக்கு வால்மீகி எவ்வளவு சிரேஷ்டமான வரோ அவ்வளவு சிரேஷ்டமானவராகவே, ஜைனர்களால் போற்றப்படும் ரவிசேனர் என்பவரின் இராமசரிதத்தை முதல் நூலாகக் கொண்டதுதான், பம்ப இராமாயணம். வால்மீகி, ஆரியத்தை வாழவைக்க வரைந்தார் இராமகாதை. அந்த நோக்கத்திற்கேற்ற விதத்தில், ரவிசேனர் என்ற ஜைனமேலோர், அவ்விதமான இன ஆதிக்க கருத்தேதுமின்றித் தீட்டினார் இராமகாதை. அதனைத் தழுவி எழுதினார், பம்பன். எனவே, இராவணனை இழிவு செய்யவில்லை. இரக்கம் என்ற ஒரு பொருளில்லா அரக்கனாக்கவில்லை. இருபது திண்தோள் கொண்டு சீதாலட்சுமியின் மீது இச்சைகொண்டு காமுகனாகக் கெட்டு அலைந்தவனாக்கவில்லை. இதுவரை, வால்மீகியாலும் கம்பனாலும் படம் பிடிக்கப்பட்ட இராவணனைக் கண்டறிந்த வர்கள், ரவிசேனர் காட்ட, பம்பன் தீட்ட வெளிப்படும் இலங்கை வேந்தனை இனிக் காணட்டும். கருத்துடன் இனி இலங்காதிபதியின் கொலுமண்டபம் செல்வோம்.

இலங்காதிபதி கொலு வீற்றிருக்கிறான். அங்கு கம்பன் காட்டியதுபோல, கனல் கக்கும் கண்ணுடையோரும், கோரப்பற்க ளுடையோரும் கொடியோரும் இல்லை. ஒரு வல்லமைமிக்க மன்னனின் அவை இருக்க வேண்டிய முறைப்படியே காட்சி இருக்கிறது. பக்தியால் மிகுந்து பரிபக்குவத்தில் சிறந்து, பகவத் சேவை செய்யும் சிந்தையில் உயர்ந்து, அறநெறி அறிந்து, அண்ணனைத்தடுத்து ஆட் கொள்ளும் அண்ணலாகவும், சீதை

என்னும் பெருநெருப்பைக் கொண்டான். அண்ணன் இனி நில்லேன் அவன் முன்னம் என்று கூறிச் சரணாகதி அடைந்த ஆழ்வாராகவும், விபீஷணன் இல்லை. ஆற்றலுள்ள அரசனுக்கு விபீஷணன் அன்புள்ள தம்பியாகவே இருக்கிறான். மண்டோதரி! கொலுவிலே, மந்திரிப் பிரதானியர் கொலுவிலே!! அந்தவேளையிலே, வந்து சேருகிறான் ஒரு ஜோதிடன்.

“இலங்காதிபதியே! உன் ராஜ்யத்துக்கும், உனக்கும் அயோத்தி மன்னன் மகனாலும் மிதிலை மன்னன் மகளாலும் ஆபத்து வரப்போகிறது” என்று ஜோதிடன் கூறுகிறான்.

“எனக்கு ஆபத்து விளைவிக்கக்கூடிய குமரன், குமரி யாவர்? பெயர் என்ன, எங்கு உளர்?” மன்னன் இதுபோலக்கேட்க ஜோதிடன் கூறுகிறான், “அவர்கள் இனிப் பிறந்து வளர்ந்து பின்னரே உனக்குப் பேராபத்து விளைவிக்கப்போகிறார்கள்.”

இலங்காதிபதி சிரித்திருப்பான், கொலுவிலே இருந்தோர் நகைத்திருப்பர், விபீஷணனோ! “என் அண்ணனுக்கு ஆபத்தைத் தர, ஒரு அணங்கும் ஒரு ஆண்மகனும். மகன் அயோத்தியிலும், மகள் மிதிலையிலுமா பிறக்கப்போகிறார்கள்? பிறந்தாலன்றோ பேராபத்து! பிறவாமலே செய்தால், ஏன்! எந்த அயோத்தி மன்னனுக்குக் காளை பிறந்து என் அண்ணனுக்குக் கேடுசெய்யப் போகிறான் என்று கூறுகிறாயோ, அந்த மன்னனையே கொன்றுவிடுகிறேன். மன்னன் மாண்டால் மகன் ஏது? இலங்கையின் மண்டலாதிபதிக்கு ஆபத்தேது? அதுபோலவே மிதிலையிலும் பிணம் வீழச்செய்வேன்,” என்று விபீஷணன் கூறினான். ஜோதிடன் வந்தபோது, அயோத்தி மன்னனுக்கும் மிதிலை அரசனுக்கும் குழந்தைகள் இல்லை, திருமணமே நடக்கவில்லை.

இங்ஙனம் அண்ணனுக்கு உதவியாகத் தம்பி கிளம்பவே, நாரதர் நுழைகிறார் கதையில், எல்லாக் கதைகளிலும் வருவதுபோலவே.

“திரிலோக சஞ்சாரியே! அடியேனைக் காண வந்தது என் பாக்கியம்.”

“என்னமோ அப்பா தசரதா! உன்னைக் கண்டு போக வேண்டுமென்று ஆவலோடு ஓடோடி வந்தேன். உன்னை மறுபடியும் நான் காணப் போகிறேனா? எனக்கு அந்தப் பாக்கியம் இல்லை.”

“ஸ்வாமி! மகரிஷியே! இது என்ன கர்ணகடூரமான வார்த்தை.”

"ராஜன்! தசரதன் மாண்டான் என்ற கேள்விப்படும்போது இதைவிடக் கர்ணகடூரமாகவன்றோ இருக்கும், அதை நினைத்தே நான் இப்போது ஆயாசப்படுகிறேன்."

"நாரதரே! என்ன வார்த்தை பேசுகிறீர்கள்"

"மன்னா! உன்னை நான் கடைசிமுறையாகத்தான் காண்கிறேன்."

"ஏன்! தங்களுக்கு என்ன விபத்து நேரிடப்போகிறது? மீண்டும் அயோத்தி வரமாட்டீரா?"

"அயோத்திக்கு வருவேன், ஆனால் நீ இருக்க மாட்டாயே மன்னா!"

"என்ன! என்ன!"

"தசரதா! நான் எப்படிச் சொல்வேன்! எனக்கு நெஞ்சு அடைக்குதே!"

"சொல்லுங்கள் ஸ்வாமி! என் மனம் குழம்பிவிட்டது."
"மன்னா! உன்னைக் கொல்ல..."

"எவன் ஸ்வாமி கிளம்புகிறான், இந்திரனா, சந்திரனா? யார், கூறுங்கள்."

"அவர்களல்லவே! அவர்கள் யாராவது கிளம்பினால் நானே தடுத்திருப்பேனே, இலங்காதிபதியின் தம்பி, வீர விபீஷணன் வருகிறான், உன்னைக் கொல்ல உனக்கு ஒரு மகன் பிறந்து, இராவணனைக் கொல்வான் என்று ஜோதிடன் கூறினானாம். அண்ணனைக் காப்பாற்ற விபீஷணன், உன்னைக் கொல்ல வருகிறான்."

பம்ப இராமாயணத்தை நாடகமாக நடத்தப் பகுத்தறிவு நாடகசபையொன்று கிளம்பினால், தசரதருக்கும் நாரதருக்கும், இதுபோல உரையாடல், நடந்ததாகக் காட்சி இருக்கும். ஏனெனில் நாரதர் தசரதனுக்கும் ஜனகனுக்கும், விபீஷணனின் சபதத்தைக் கூறிவிடுகிறார். கூறியதோடு, தப்பித்துக்கொள்ள உபாயமும் சொல்லித் தருகிறார். அதன்படி தசரதனும், ஜனகனும், தத்தம் அரண்மனையிலே, தத்ரூபமான பிரதிமைகளை அமைத்துவிட்டு, மாறுவேடமணிந்து கொண்டு தேசாந்திரம் போய் விடுகின்றனர். விபீஷணன் பிரதிமைகளை அழித்துவிட்டு, தசரதனும் ஜனகனும் இறந்துவிட்டதாக எண்ணிக்கொண்டு இலங்கை போய்ச்சேருகிறான் என்பது பம்ப இராமாயணம்.

தசரதன் மாறுவேடமணிந்து நாடு பல சுற்றும் போது, கண்டக மங்கலபுரம் என்ற இடத்திலே கைகேயியின் சுயம்வரம் நடைபெற, அங்கு சென்று, அவள் மனதைக் கொள்ளை கொண்டான். மாலை வீசினாள் மங்கை. வாளை வீசினர் சுயம்வரத்திற்கு வந்திருந்த வேந்தர்கள். கலியாணமண்டபம் களமாயிற்று. மாப்பிள்ளை மாவீரனானான். மனையாள் சாரதியானாள். வெற்றி தசரதனுக்குக் கிடைத்தது. வேல்விழியாளின் வீரத்தாலேயே வெற்றி பெற்றதால், தசரதன் மனம் பூரித்துக் கைகேயிக்கு வரம் தர, வனிதை வேண்டும்போது பெற்றுக்கொள்கிறேன் என்ற நிபந்தனையுடன், வரத்தை ஏற்றுக் கொண்டு, 'வதுவை'யை முடித்துக்கொள்கிறாள். தசரதன், கைகேயியுடன் அயோத்தி திரும்பி அரசோச்சுகிறான். வேறு பல அழகிகளையும் மணம் செய்துகொள்கிறான். இராம, லட்சுமண, பரத சத்ருக்னர்கள் பிறக்கின்றனர்.

நாடோடியாகச் சென்ற ஜனகனும், சிலகாலம் சென்று மிதிலையை அடைந்து அங்கு விதேகி என்னும் பாவையை மணம் புரிந்துகொள்கிறான். ஜனகனுக்குச் சீதை என்னும் பெண்ணும், பிரபாமண்டலன் என்னும் மகனும் பிறக்கின்றனர், இரட்டைக் குழந்தைகளாக. மிதிலையிலே ஜானகியும், உடன் பிறந்த பிரபாமண்டலனும், தொட்டிலிலே இருக்கட்டும், வேறோர் மண்டலத்துக்கு வாரீர்!

இரதநுபுரசக்கரவாளபுரம் என்றோர் மண்டலம் அம் மண்டலாதிபதிக்குக் குழந்தைபேறு இல்லை. பட்ட கடனுக்கு மட்டுமே வாரிசு ஆகவேண்டிய நிலையிலே உள்ளவருங்கூடப் புத்திரனில்லாச் சோகத்தால் பீடிக்கப்படுகிறார்களே, நீண்ட பெயருடைய மண்டலத்தில் அதிபனுக்குக் குழந்தை இல்லையென்றால், சோகம் இல்லாமற் போகுமா? மன்னனின் மனம், உலைக்கூடமாகிவிட்டது; விசாரத்தைப் போக்க நினைத்தான் வித்தியாதரன் ஒருவன் வித்யாதரர் இறக்கையில்லா விமானங்கள்! பறந்து செல்வர்! வித்யாதரன் ஒருநாள் மிதிலைக்குச் சென்றான் ஆகாய மார்க்கமாக!!

இதற்கிடையிலே தொட்டில் குழந்தைகள், வளர்ந்து நடமாடும் நட்சத்திரங்களாகி (நடிக்கும் நட்சத்திரங்களல்ல) மிதிலையிலே நந்தவனத்திலே விளையாடிக்கொண்டிருந்தன. வித்யாதரன் பிரபாமண்டலனைத் தூக்கிக்கொண்டான் ககனமார்க்கமாகச் சென்றான். குழந்தையை இரதநுபுரத்தில் சேர்த்தான், வந்த வேலை முடிந்ததெனச் சொந்த இடம் சென்றான். சோகித்திருந்த மன்னன்

ஆனந்தக் கூத்தாடினான், அட என் கண்ணே, மணியே, கற்கண்டே என்று குழந்தையைக் கொஞ்சினான்.

பிரபாமண்டலன் இரதநுபுர இளவரசனானான். மிதிலை மன்னனின் மகன் போரிடாமலே ஒரு ராஜ்யத்தைப் பெற்றான். பெற்ற மகனை இழந்தோமே என்ற பெருங் கவலையிலே மூழ்கினான் ஜனகன். கவலையில் மூழ்கின நேரத்தில் கிராதகர்கள் என்ற கூட்டம் போர் முரசு கொட்டிய சத்தம் கேட்டான், சித்தம் குழம்பினான், படை எடுத்து வந்தவரோடு போரிடக் கிளம்பினான். போரிலே துணைவேண்டித் தசரதனுக்குத் தூதனுப்பினான். இராமனும் லட்சுமணனும் மிதிலைக்கு வந்திருந்து கிராதகர்களை வென்று ஜனகனுக்கு உதவி செய்தனர்.

சீதை சிறுமியாக இருந்த காலம் போய் சிங்காரியான காலமது, சிங்கமெனப் போரிட்ட இராமனுக்குச் சீதை மீது... வேறென்ன உண்டாகும் காதல், போரிலே இவனோ புலி, பூங்கொடிக்கேற்றவனே என்று ஜனகன் தீர்மானித்தான். சீதையை இராமனுக்கு மணமுடிக்க இசைந்தான். ஜெயமங்களம் பாடிவிடாதீர்கள், கதை வளருகிறது, நாரதர் வருகிறார்.

பிரபாமண்டலன், இரதநுபுரத்திலே தோட்டத்திலே உலவிக்கொண்டு வழக்கமாகக் கண்ட மலர்களைக்கண்டு, சலித்திருக்கும் நேரம், ஒரு சித்திரம் தீட்டப்பட்ட பொருளைக் காண்கிறான். மலர் அல்ல, மலர் முகவதி, பிறகு என்ன நடக்கும், தெரிந்ததுதானே, நான் விரும்பும் பகுத்தறிவு நாடகக் கழகம் இக்காட்சியிலே பிரபாமண்டலனை என்ன பேச வைக்கும்!

“காவியத்திலும் காணக்கிடைக்காத கட்டழகி! நீ ஓவியந் தானா, உண்மையா? சித்திரமே! சிந்தனையைச் சுழலச்செய்யும் யந்திரமே! நீ யார்? எந்நாட்டு நங்கை? எவன் குமாரி?” என்று பிரபாமண்டலன் காதல் மொழி பேசி, கானம்பாடிக் களிநடன மாடி, “இவளையன்றி வேறொருத்தியை மணம் புரியேன். இவள் எனக்கு இல்லையேல் நான் பிணமாவேன். காதல், காதல், காதலின்றேல் சாதல்” என்று பேசுவான்!

பிரபாமண்டலன் சித்திரத்தைக் கண்டு காதல் கொண்ட செய்தி கேட்டான் மன்னவன், “என் மகனின் மனதைக் கவர்ந்த மங்கை எங்கிருப்பினும் எனக்கே மருமகளாகக் கடவள்” என்று தீர்மானித்தான், அவனும் அறியான். மகனுக்கும் தெரியாது. சித்திரத்தைத் தீட்டிச் சிங்காரத் தோட்டத்திலே வீசிவிட்டு.

ஆசையைக் கிளறிவிட்டவர், நாரதர் என்பதனை! அது மட்டுமா? நீங்கள் அறிவீர்களா, பிரபாமண்டலன் உள்ளத்திலே காதலை அமோகமாகக் கிளறிவிட்ட அந்தச் சித்திரம், எந்தச் சிற்றிடையாளுடைய உருவம் என்பதைச் சித்திரம் சீதையின் உருவம், தங்கையினிடமே அண்ணன் காதல் கொண்டான் சீதையின் உருவமே உள்ளத்திலே ஊன்றிவிட்டதால், காதல் பித்தம் கொண்டுவிட்டான் பிரபாமண்டலன். அவன் அறியான். சீதை தன் உடன் பிறந்தவள் என்பதனை. தொட்டிலிலே இருவரும் குழந்தைகளாக ஒன்றாகத் துயின்ற சேதி தெரிந்திருந்தால், பிரபாமண்டலன் சீதையைப் படுக்கையறையிலே பிரியையாக்கிக் கொள்ளச் சம்மதியான். தங்கப்பதுமை போன்றவள் என்பது தெரிந்தது, தங்கை என்பதை அறியவில்லை. காதலுக்குத்தான் கண் கிடையாதாமே.

“ஜனக மகாராஜரே, வாரும், வாரும்.”

“வேந்தரே, இவ்வளவு அவசரமாக எம்மை வரவழைத்த காரணம் யாதோ?”

“காரணம் உண்டு. சொன்னால் நீர் களிப்படைவீர்,”

“பரம சந்தோஷம். விஷயம் என்ன?”

“ஜனக மகாராஜரே, என் அரண்மனைக்கு ஒரு தீபம் வேண்டும்.”

“தீபமா?”

“ஆமாம். ஒரு திருவிளக்குத் தேவை”

“விசித்திரமாக இருக்கிறது. விளக்கு என்றால் விளங்க வில்லையே.”

“விளங்க வைக்கிறேன். குடும்ப விளக்கு எது?”

“குலஸ்திரி, பத்தினி.”

“விவேகி நீர், பத்தினிதான், ஆம், அரண்மனைக்கு அழகு தீபம் வேண்டும். பிரபாமண்டலனுக்கு மனைவியாக வரும் பாக்கியசாலிதானே, என் அரண்மனைக்குத் திருவிளக்கு”

“ஆம், அரசே, உண்மைதான்.”

“மிதிலையின் மணியென விளங்கும் சீதையை என் அரண்மனைக்குத் திருவிளக்காகத் தருமாறு...”

“மன்னா, என்ன செய்வேன், சீதையை...”

"எப்படிப் பிரிந்து வாழமுடியும் என்று கவலைப்படாதீர். அங்கு ஆறுமாதம் இங்கு ஆறு மாதமாக இருக்கலாம் சீதை."

"அல்ல! அல்ல! நான் சொல்ல வந்தது அதுவல்ல."

"சீதையைத் திருமணம் செய்துகொள்ளும் நோக்கம் பிரபா மண்டலனுக்கு உண்டோ இல்லையோ என்று யோசிக்கிறீரா? மகன் சம்மதித்த பிறகே நான் உம்மை அழைத்தேன்."

"மன்னா, மன்னிக்கவேண்டும், சீதையை நான் வேறொருவருக்குத் தருவதாக வாக்களித்துவிட்டேன்."

"வாக்களித்தீர், என் நோக்கம் அறியா முன்பு, இப்போது வாக்கை, எனக்கு அளியும். போக்கை மாற்றிக்கொள்ளத் தெரியாதோர் புவியாளும் முறை அறியாதாரே என்பதைத் தாம் தெரியாதவரல்லவே."

"சீதையை இராமனுக்குத்தர ஏற்பாடாகிவிட்டது."

"எத்தனையோ ஏற்பாடுகளிலே மாறுபாடுகள் நேரிடுகின்றன!"

"இராமன் எனக்குப் பேராபத்து நேரிட்டபோது உதவி செய்தான்."

"சீதையைப் பரிசாகப் பெறவா? ஜனகா! மன்னர்கள் தங்கள் மகளைப் பரிசுப் பொருளாகக் கருதுவது இழுக்கு, வழக்கமுமல்ல."

"சீதையை அவன் காணாமுன்பே களம் புகுந்தான் எனக்காக."

"சீதையைப் காணாமுன்பே பிரபாமண்டலன், காதற் கனலிலே புகுந்துவிட்டான்."

"குற்றம்..."

"பருவத்தின் பாற்பட்டது. பலபேசிப் பயனில்லை. மன்னா! உமது மகளை என் மகனுக்குத் தர இசைவீரா இல்லையா! என் பந்தத்துவம் வேண்டுமா, பகை வேண்டுமா?"

"ஒருபுறம் கருநாகம், மற்றோர்புறம் படுகுழி என்றால் என்ன செய்வது..."

"புத்தியுள்ளவன் கருநாகத்தைப் படுகுழியிலே தள்ளுவான்."

"அரசே, என்னால் சொன்ன சொல்லை மாற்ற முடியாது, காரணமின்றி..."

“பிரபாமண்டலனின் பிரேமை என் கோபத்தைப் பெட்டிப் பாம்பாக்கிவிட்டது. சரி, ஜனகரே, நீர் வியந்து கூறும் அந்த வீரன் எம்மிடம் ஒரு வித்தியாதர வில்லை உடைத்து விடுகிறானா என்றோர் பரீட்சை ஏற்படுத்துவோம். வில்லை முறித்தால் சீதை இராமனுக்கு,”

“வேந்தரின் விருப்பப்படி!”

இந்தக் காட்சியும் நடந்த பிறகு வில் முறிக்கும் காட்சி நடந்தது. சீதையை இராமன் திருமணம் செய்துகொள்ளும் காட்சி நடக்கும், நாடகம் நடத்தினால்! பம்பன் இப்போக்கிலே தான் கதை தீட்டியிருக்கிறான்.

சீதையும் இராமனும் சதிபதியாகி அயோத்தி சென்று அகமகிழ்ந்திருக்கும் சமயத்திலே இராமனுக்கு முடிசூட்டத் தசரதன் தீர்மானிக்க, கைகேயி தன் மகன் பரதனுக்கு நாடும், இராமனுக்குக் காடும் என்று வரம் கேட்டுப் பெற இராமன், லட்சுமணன், சீதை ஆகியோருடன் ஆரண்யவாசம் செல்கிறான். பாதாள இலங்கையிலே இராவணனின் தங்கை சந்தரவதிக்கு மகன் சம்புகன் என்று கூறினோமே, அவன் மாயவாள் ஒன்றைப் பெறுவதற்காகக் கடுந்தவமிருக்கிறான் பனிரண்டு ஆண்டுகளாக. ஆரண்யம் சென்ற இலட்சுமணன் சம்புகனைக் கொன்றுவிட்டு மாயவாளை அபகரித்துக்கொள்கிறான்.

மகனைக் கொன்றவனுடன் போரிடுகிறான் தந்தை கரன். அவனுக்கு உதவியாக வருகிறான் இராவணன். அப்போது சீதையைக் காண்கிறான், மோகவயத்தனாகிறான். வனதேவ தையின் யோசனைப்படி, சங்கு ஊதி, இராமனைச் சீதையைவிட்டுப் பிரியச் செய்து, சீதையைச் சிறைப்படுத்தி இலங்கைக்கு எடுத்துச் செல்கிறான். பிறகு இராம இராவணயுத்தம் நடக்கிறது. அப்போது சீதை தன் உடன் பிறந்தவள் என்ற செய்தி தெரிந்து பிரபாமண்டலன் இராமனுக்குத் துணைநிற்கிறான். சுக்கீரிவன் அனுமான் எனும் வேந்தர்களும் துணைநிற்கின்றனர். இராவணன் கொல்லப்பட்டுச் சீதை சிறை மீட்கப்படுகிறாள். இராமன் பிறகு அயோத்தி திரும்பி, முடிசூட்டிக் கொள்கிறான் என்ற விதமாக முடிகிறது பம்ப இராமாயணம். விபீஷணனை முதலிலே வீரனாகச் சித்தரித்துக்காட்டுகிறார் பம்பன். நடந்த தொல்லை களில் நடுவே நாரதரைக் கொண்டுவந்து நிறுத்துகிறார். பம்ப இராமாயணத்தின் போக்கின்படி பார்த்தால், இராம இராவணர்

விஷயம், பல விதத்திலே இன்று பாராயணம் செய்யப்படும் கம்ப இராமாயணத்துக்கு மாறாக இருப்பதை அறியலாம். இன்னமும் வேறுவேறு விதமாக இராமாயணங்கள் உண்டு. இப்படிப் பலரால் பலவிதமாகப் புனைந்துரைக்கப்பட்ட ஒரு கதையைத்தான் நற்கதிக்கு ஏடு என்றும், நடுவீட்டுப் பூஜைக்கு உகந்ததென்றும், நமது புண்ய சரிதமென்றும் கூறுகிறார்கள். ஆராய்ச்சி உலகம், அறிந்ததும் அறியாதாராக இருப்பவரைக் கண்டு எள்ளி நகையாடாதிருக்குமா, என்பதைப் பம்ப இராமயணச் சுருக்கத்தைப் படித்துச் சிந்தித்துப் பிறகு கூறுமின்.

~